പ്രകൃതിദത്ത റബ്ബർ

ആഗോളപഠനവും ഇന്നത്തെ സാധ്യതകളും

Prakrithidatha Rubber
Agolapadanavum Innathe Sadyathayum
Agriculture

Thomas Chako

CHINTHA PUBLISHERS
Thiruvananthapuram

First Edition
July 2023

Published
Chintha Publishers, Thiruvananthapuram

Typesetting
Star Communications, Thiruvananthapuram

Printed at
Repro India Ltd, Mumbai

Cover Design
Vinod Mangoes

ISBN - 978-93-94753-94-5

CO - 3369 / 6654

Email: chinthapublishers@gmail.com
Website: www.chinthapublishers.com

A version is available at National Libraries
Kolkata, Mumbai, Chennai and Delhi

Distribution
DESHABHIMANI BOOKHOUSE
H O Thiruvananthapuram 695035

Branch
Head Office Kunnukuzhi • Statue Thiruvananthapuram
KSRTC Bus Terminal Thampanoor • Saphalyam Complex Thiruvananthapuram
KSRTC Bus Station Alappuzha • KSRTC Bus Station Ernakulam
Machingal Lane Thrissur • IG Road Kozhikode
Mavoor Road Kozhikode • NGO Union Building Kannur
Central Bus Terminal Complex Thavakkara Kannur

പ്രകൃതിദത്ത റബ്ബർ

ആഗോളപഠനവും ഇന്നത്തെ സാധ്യതകളും

തോമസ് ചാക്കോ

ചിന്ത പബ്ലിഷേഴ്സ്
തിരുവനന്തപുരം-695 035

തോമസ് ചാക്കോ

കൊല്ലം ജില്ലയിൽ പത്തനാപുരം താലൂക്കിൽ പിറവന്തൂർ ഗ്രാമത്തിൽ ജനനം. പുനലൂർ ഹൈസ്കൂളിൽനിന്നും എസ് എസ് എൽ സി പാസായി.

സംസ്ഥാന സർക്കാരിന്റെ ഉടമസ്ഥതയിൽ പ്ലാന്റേഷൻ കോർപ്പറേഷൻ രൂപീകരിക്കപ്പെട്ടപ്പോൾ ഫീൽഡ് അസിസ്റ്റന്റ് എന്ന തസ്തികയിൽ നിയമിതനായി. തുടർന്ന് ഫസ്റ്റ് ഗ്രേഡ് ഫീൽഡ് അസിസ്റ്റന്റ്, സീനിയർ ഫീൽഡ് അസിസ്റ്റന്റ്, ജൂനിയർ സൂപ്രണ്ട്, അസിസ്റ്റന്റ് മാനേജർ തുടങ്ങിയ പദവികളിലും എസ്റ്റേറ്റിന്റെ സ്വതന്ത്ര പദവിയിൽ മാനേജരായും നിയമിതനായി. 34 വർഷം ആ സേവനകാലം പൂർത്തിയാക്കി 1995 ഡിസംബർ 31 ന് ജോലിയിൽനിന്നും വിരമിച്ചു.

ഭാര്യ	:	ശോശാമ്മ
മക്കൾ	:	പ്രഭ ടി ചാക്കോ, പ്രത്യുഷ ടി ചാക്കോ പ്രിയ ടി ചാക്കോ.
വിലാസം	:	നസ്രേത്ത് വില്ല സെന്റ് മേരീസ് നഗർ പത്തനാപുരം
ഫോൺ	:	9447893615, 9567793197
ഇ-മെയിൽ	:	tchacko83@yahoo.in
Website	:	www.rubberconsultancy.com

ഉള്ളടക്കം

പ്രസാധകക്കുറിപ്പ്

കേരളത്തിലെ ഏറ്റവും സുപ്രധാന വാണിജ്യവിളയാണ് റബ്ബർ. പശ്ചിമഘട്ടമലനിരകളുടെ താഴെത്തട്ടുകളിൽ, വിശേഷിച്ചും മദ്ധ്യകേരളത്തിൽ, ജീവിക്കുന്ന മനുഷ്യരുടെ വരുമാനസ്രോതസ്സുകളിൽ പ്രഥമ സ്ഥാനമാണ് ഈ നാണ്യവിളയ്ക്കുള്ളത്. നമ്മുടെ നാട്ടിലെ സ്വാഭാവിക വിളയല്ലാത്തതിനാൽ റബ്ബറിന്റെ ശാസ്ത്രീയ പരിപാലനം ഏറെ പ്രധാനമാണ്. മറ്റു പല രാജ്യങ്ങളിലും കൃഷി ചെയ്യപ്പെടുന്നുണ്ട് എന്നതിനാൽ കടുത്ത മത്സരമാണ് അന്താരാഷ്ട്ര വിപണിയിൽ ഈ നാണ്യവിള നേരിടുന്നത്. ആധുനിക കൃഷി സമ്പ്രദായങ്ങൾ യഥാസമയം ഇണക്കിച്ചേർത്തുകൊണ്ടുമാത്രമേ നമ്മുടെ നാട്ടിലെ റബ്ബർ കർഷകർക്ക് പിടിച്ചു നില്ക്കുവാനാകൂ. അതിനവരെ സഹായിക്കുന്ന പുസ്തകമാണ് തോമസ് ചാക്കോ രചിച്ച *പ്രകൃതിദത്ത റബ്ബർ–ആഗോള പഠനവും ഇന്നത്തെ സാധ്യതകളും.* ദീർഘകാലം പ്ലാന്റേഷൻ കോർപ്പറേഷനിൽ കാർഷിക ശാസ്ത്ര പ്രവർത്തനങ്ങളിൽ ഏർപ്പെട്ടു കിട്ടിയ അറിവുകളാണ് അദ്ദേഹം ഈ പുസ്തകത്തിലൂടെ പങ്കുവെക്കുന്നത്.

ചിന്ത പബ്ലിഷേഴ്സ്

Dedicated to

Sri. K C Thomas (Late)
My beloved father

Sri. R C Stepstone (Former)
Senior Manager
Harison & crossfield
Ambanad estate

Sri. K S Menon
Ist Managing Director
P C K Ltd.

റബ്ബർ കർഷകർക്കൊരു വഴികാട്ടി

ഡോ. തോമസ് മാത്യു

റബ്ബർ കൃഷിയുടെ വിസ്തീർണ്ണത്തിലും ഉല്പാദനത്തിലും മറ്റ് സംസ്ഥാനങ്ങളെ അപേക്ഷിച്ച് ദേശീയതലത്തിൽ കേരളം മുൻപന്തിയിൽ നില്ക്കുന്നു. ഇരുപതാം നൂറ്റാണ്ടിന്റെ തുടക്കത്തിലാണ് റബ്ബർ കൃഷിക്ക് കേരളത്തിൽ ആരംഭംകുറിക്കുന്നത്. ആദ്യകാലഘട്ടങ്ങളിൽ കോർപ്പറേറ്റ് തലത്തിലും പിന്നീട് സർക്കാർ തലത്തിലും റബ്ബർ കൃഷി ആരംഭിച്ചു എങ്കിലും ഇത് ഒരു നാണ്യവിളയായി കർഷകരുടെ ഇടയിൽ പ്രചരിക്കുകയും അനുദിനം മറ്റുവിളകൾ ഇതിന്റെ കൃഷിക്ക് വഴിമാറിക്കൊടുക്കുകയും ചെയ്യേണ്ടിവന്ന ഒരവസ്ഥയാണ് നമുക്ക് കാണാൻ സാധിച്ചത്. റബ്ബർ കൃഷിയുടെ ഗവേഷണത്തിനും വിജ്ഞാനവ്യാപനത്തിനും പ്രധാനമായി ചുക്കാൻ പിടിച്ചത് കേന്ദ്രതലത്തിൽ പ്രവർത്തിക്കുന്ന റബ്ബർ ബോർഡാണ്.

റബ്ബർ കൃഷിയെ സംബന്ധിച്ച് മലയാള ഭാഷയിൽ ആധികാരിക ഗ്രന്ഥങ്ങൾ വളരെക്കുറവായിട്ടാണ് കണ്ടുവരുന്നത്. ഈ കുറവ് പരിഹരിക്കുവാൻ ശ്രീ. തോമസ് ചാക്കോ മുന്നോട്ട് കടന്നുവന്നത് ഏറ്റവും പ്രശംസ അർഹിക്കുന്നു. അദ്ദേഹം ഹാരിസൺ മലയാളം പ്ലാന്റേഷനിലും പ്ലാന്റേഷൻ കോർപ്പറേഷനിലും ഉദ്യോഗസ്ഥനായി പ്രവർത്തിച്ചു. അതിൽനിന്നും ആർജ്ജിച്ച നീണ്ടനാളത്തെ അനുഭവജ്ഞാനവും ദേശീയതലത്തിലും അന്തർദ്ദേശീയ തലത്തിലും പങ്കെടുത്ത പരിശീലനത്തിൽക്കൂടി ലഭ്യമായ അറിവും, റബ്ബർ കൃഷിയുമായി ബന്ധപ്പെട്ട് നടത്തിയ അന്വേഷണവും എല്ലാം കൂടി കൂട്ടിയിണക്കി ഒരു പുസ്തകരൂപത്തിൽ അവതരിപ്പിക്കുന്ന കാര്യത്തിൽ അദ്ദേഹം വിജയിച്ചു എന്നതിൽ യാതൊരു തർക്കവുമില്ല. അതിന് അദ്ദേഹം അങ്ങേയറ്റം അഭിനന്ദനം അർഹിക്കുന്നു. റബ്ബർകൃഷിയുമായി മുമ്പോട്ട് വരുന്ന കർഷകർക്കും

റബ്ബർ കൃഷി നടത്തിക്കൊണ്ടിരിക്കുന്ന കൃഷിക്കാർക്കും ഈ പുസ്തകം ഒരു വഴികാട്ടിയാണ്. റബ്ബർ കൃഷിയുടെ വിവിധ സാങ്കേതിക വിദ്യകൾ പല തലക്കെട്ടുകളിലായി ഈ പുസ്തകം സവിസ്തരം പ്രതിപാദിക്കുന്നുണ്ട്. വിത്തുമുതൽ സംസ്കരണംവരെയുള്ള കാര്യങ്ങൾ സാധാരണ കർഷകർക്ക് മനസ്സിലാകുന്ന വിധത്തിൽ അവതരിപ്പിക്കാൻ ഗ്രന്ഥ കർത്താവ് പ്രത്യേകം ശ്രദ്ധിച്ചിട്ടുണ്ട്.

ദേശീയതലത്തിലും അന്തർദ്ദേശീയതലത്തിലും ഉരുത്തിരിഞ്ഞിട്ടുള്ള വിവിധയിനങ്ങളും അവയുടെ പ്രത്യേകതകളും നഴ്സറി നിർമ്മാണം, തൈകളുടെ ഉല്പാദനം, ബഡ്ഡിങ് തോട്ടത്തിന്റെ പരിപാലനം തുടങ്ങിയ വിഷയങ്ങൾ വിവിധ അദ്ധ്യായങ്ങളിൽ പ്രതിപാദിക്കുന്നു. തുടർന്ന് റബ്ബർതോട്ടത്തിന്റെ നിർമ്മാണം നടീൽരീതി, ഇടവിളകൃഷി, ആവരണ വിളകൾ, സസ്യപോഷണം, സസ്യസംരക്ഷണം തുടങ്ങിയ വിഷയങ്ങൾ വളരെ ലളിതമായ ഭാഷയിൽ അവതരിപ്പിക്കുന്ന കാര്യത്തിൽ ഗ്രന്ഥ കർത്താവ് പ്രത്യേകം ശ്രദ്ധിക്കുന്നുണ്ട്. റബ്ബറിനെ ബാധിക്കുന്ന പ്രധാന രോഗങ്ങൾ, കീടങ്ങൾ, അവയുടെ നിയന്ത്രണം എന്നിവയെപ്പറ്റി ദീർഘ മായി പ്രതിപാദിക്കുന്നുണ്ട്. റബ്ബർപാൽ ശേഖരിക്കുന്നതും വിവിധ ടാപ്പിങ് രീതികളും റബ്ബർപാലിന്റെ സംസ്കരണവും റബ്ബർ ഷീറ്റ് നിർമ്മാണം തുടങ്ങിയ മേഖലകളിൽ ആവശ്യമായ നിർദ്ദേശങ്ങളും വിവരിക്കുന്നുണ്ട്. ഈ പുസ്തകം കർഷകർക്കും റബ്ബർകൃഷിയുമായി ബന്ധപ്പെട്ട് പ്രവർത്തിക്കുന്ന ഉദ്യോഗസ്ഥർക്കും സാങ്കേതികമായി ഉപകരിക്കും എന്നുള്ള കാര്യത്തിൽ യാതൊരു തർക്കവുമില്ല. ഇതിന്റെ ഗ്രന്ഥകർത്താവിന് ആശംസകൾ അറിയിച്ചുകൊണ്ട് ഇതിന്റെ ആമുഖം ചുരുക്കുന്നു.

മുഖമൊഴി

റബ്ബർ കൃഷി മേഖലയിൽ കഴിഞ്ഞ അറുപത് വർഷമായി പ്രവർത്തിച്ചു വരുന്ന വ്യക്തി എന്ന നിലയിൽ ഈ മേഖലയിൽ കുറേയേറെ കാര്യങ്ങൾ ചെയ്യാൻ കഴിഞ്ഞു എന്ന ചാരിതാർത്ഥ്യമുണ്ട്. 1958 ൽ ഹാരിസൺ & ക്രോസ് ഫീൽഡ് വക തെന്മല വാലിയിലുള്ള അമ്പനാട് എസ്റ്റേറ്റിൽ റബ്ബർ ഡിവിഷനിൽ എസ്റ്റേറ്റ് സ്റ്റാഫ് ആയി നിയമനം നേടിയ സമയത്ത് റബ്ബറിനെ സംബന്ധിച്ച് എനിക്ക് അറിവ് പകർന്നുതന്ന അന്നത്തെ എസ്റ്റേറ്റ് സീനിയർ മാനേജർ ശ്രീ. ആർ സി സ്റ്റീഫനോട് ഞാൻ ഏറെ കടപ്പെട്ടിരിക്കുന്നു. ഇവിടെ പ്രഗത്ഭരായിരുന്ന വിദേശികളിൽനിന്നും റബ്ബർ കൃഷി, ടാപ്പിങ്, റബ്ബർ പാൽ, സംസ്കരണം എന്നീ മേഖലകളിൽ 5 വർഷക്കാലം അനുഭവപാഠം ഉൾക്കൊള്ളാൻ സാധിച്ചു. അക്കാലയളവിൽ രൂപകല്പന ചെയ്ത ഈറ്റപ്പൊളി ഉപയോഗിച്ച് വിദഗ്ദ്ധ തൊഴിലാളികളെക്കൊണ്ട് 24 അടി ഉയരവും മുക്കാൽ അടി വിസ്തീർണ്ണവുമുള്ള അടിഭാഗം വിസ്തീർണ്ണം കുറഞ്ഞ കൂടകൾ നിർമ്മിച്ച് മേൽമണ്ണും വളവും കലർത്തി നിറച്ച്, അതിൽ ജിജി-1 എന്ന ഇനം മലേഷ്യൻ വിത്ത് മുളപ്പിച്ച് നഴ്സറിയിൽ 1000 കണക്കിന് തൈകൾ വളർത്തി പുനർ നടീലിന് ഉപയോഗിച്ചു. അത് വലിയ ഒരു വിജയമായി എന്ന് പില്ക്കാലത്ത് അറിയുവാൻ കഴിഞ്ഞു. ശരിക്കും Root-trainee തൈകളുടെ ഉല്പാദനം അന്ന് നിർവ്വഹിക്കപ്പെട്ടു.

1963 ജൂണിൽ കേരള സർക്കാരിന്റെ ഉടമസ്ഥതയിലുള്ള ആദ്യത്തെ തോട്ടത്തിൽ (പ്ലാന്റേഷൻ കോർപ്പറേഷൻ ഓഫ് കേരള ലിമിറ്റഡ്) ആദ്യ ബാച്ചിൽ ജീവനക്കാരിൽ ഒരാളായി എനിക്ക് നിയമനം ലഭിക്കും വരെയും ഹാരിസൺ എസ്റ്റേറ്റിലെ ജോലിയിൽ തുടർന്നു. ആദ്യമായി കേരള സർക്കാരിന്റെ നേരിട്ടുള്ള ഉടമസ്ഥതയിൽ രണ്ട് ഗ്രൂപ്പ് എസ്റ്റേറ്റുകൾ തുട

ങ്ങിയത് കാലടി, കൊടുമൺ എസ്റ്റേറ്റുകളിലാണ്. കാലടി ഗ്രൂപ്പ് തൃശൂർ ജില്ലയിലെ വെറ്റിലപ്പാറയിലും എറണാകുളം ജില്ലയിൽ അതിരപ്പിള്ളി കല്ലാല എസ്റ്റേറ്റുകളും, കൊടുമൺ ഗ്രൂപ്പിൽ കൊടുമൺ എസ്റ്റേറ്റും ചന്ദനപ്പള്ളി എസ്റ്റേറ്റും ആയിരുന്നു. പ്രവർത്തന മൂലധനമായി 3 1/2 കോടി രൂപ ഗവൺമെന്റ് നീക്കിവയ്ക്കുകയും സ്ഥാപനത്തെ പബ്ലിക് ലിമിറ്റഡ് കമ്പനിയായി രജിസ്റ്റർ ചെയ്ത് കോട്ടയത്ത് ഹെഡ് ഓഫീസ് ആയി പ്രവർത്തനം തുടങ്ങുകയും ചെയ്തു. തുടർന്ന് 1966 ൽ തണ്ണിത്തോട്ടിൽ കുട്ടിവനം ഏറ്റെടുത്ത് എസ്റ്റേറ്റ് തുടങ്ങുകയും തുടർന്നുള്ള വർഷങ്ങളിൽ കോഴിക്കോട് ജില്ലയിൽ പെരുവണ്ണാമൂഴി ഡാമിനോട് ചേർന്നുള്ള കൂത്താള നായർ വക മിച്ചഭൂമി ഏറ്റെടുത്ത് പേരാമ്പ്ര എസ്റ്റേറ്റും പ്ലാന്റ് ചെയ്തു. പ്രവർത്തന മൂലധനം മതിയാകാതെ വന്നപ്പോൾ 7 1/2 കോടി രൂപാ കൂടെ ബാങ്ക് ലോൺ എടുക്കാൻ പ്ലാന്റേഷൻ കോർപ്പറേഷന് അനുവാദം ലഭിക്കുകയും അങ്ങനെ പബ്ലിക് സെക്ടർ മാനേജ്മെന്റിന്റെ കീഴിൽ ഏഷ്യയിലുള്ള ഏറ്റവും വലിയ റബ്ബർത്തോട്ടം നിലവിൽ വരികയുമുണ്ടായി. തുടർന്ന് തോട്ട വിപുലീകരണത്തിന്റെ ഭാഗമായി, കാസർഗോഡ്, മണ്ണാർകാട് എന്നിവിടങ്ങളിൽ ഉണ്ടായിരുന്ന കശുവണ്ടി തോട്ടങ്ങളും പ്ലാന്റേഷൻ കോർപ്പറേഷന്റെ അധീനതയിൽ ആക്കി. പ്ലാന്റേഷൻ കോർപ്പറേഷന്റെ വികസനത്തിന്റെ ഭാഗമായി മലപ്പുറം ജില്ലയിലെ നിലമ്പൂർ ഫോറസ്റ്റ് ഏരിയകളിൽപ്പെട്ട പുഞ്ചക്കൊല്ലി, വാണിയമ്പുഴ, പാലക്കയം പ്രദേശങ്ങൾ കൂടി ഉൾപ്പെടുത്തി റബ്ബർ കൃഷി ആരംഭിച്ചു. ആലക്കോട് പ്രവർത്തിച്ചിരുന്ന പൂഞ്ഞാർ രാമവർമ്മ തമ്പുരാൻ വക എസ്റ്റേറ്റ് മിച്ച ഭൂമിയായി പ്രഖ്യാപിച്ച് പ്ലാന്റേഷൻ കോർപ്പറേഷന്റെ ഭാഗമായി മാറി. എനിക്ക് പ്ലാന്റേഷൻ കോർപ്പറേഷനിൽ വിവിധ തസ്തികകളിൽ പടിപടിയായി പ്രൊമോഷൻ ലഭിക്കുകയും 1980 ൽ അസി. മാനേജർ ആയി നിയമനം ലഭിക്കുകയും ചെയ്തു. 1992 ൽ മാനേജർ ഇൻ ചാർജ്ജായും 1994 ൽ പി സി കെയിലെ തണ്ണിത്തോട് എസ്റ്റേറ്റിൽ മാനേജർ തസ്തികയിൽ എസ്റ്റേറ്റിന്റെ പരിപൂർണ്ണ ചുമതലയിൽ നിയോഗിക്കപ്പെടുകയുണ്ടായി. 1995 ഡിസംബർ 31 ന് പ്രസ്തുത തസ്തികയിൽ ആയിരിക്കേ, സേവനത്തിൽനിന്നും വിരമിച്ചു. കോർപ്പറേഷന്റെ സേവന കാലയളവിൽ 1984 ൽ റബ്ബർ ബോർഡിൽ ട്രെയിനിങ്ങിനായി ഡെപ്യൂട്ട് ചെയ്യപ്പെട്ടു. റബ്ബർ കൃഷി, ഉല്പാദനം, സംസ്കരണം മേഖലകളിലും എസ്റ്റേറ്റ് മാനേജ്മെന്റ് മേഖലയിലും മെച്ചപ്പെട്ട പരിചയസമ്പത്ത് നേടുന്നതിനും അവസരം ലഭിച്ചു. കൂടാതെ സർവ്വീസ് കാലയളവിൽ വിവിധ വർഷങ്ങളായി വിവിധ അവാർഡുകളും 1995 ൽ കേരള ഗവൺമെന്റിന്റെ കാർഷിക മിത്ര അവാർഡിന് നോമിനേഷൻ ലഭിക്കുകയും ചെയ്തിട്ടുണ്ട്. റിട്ടയർമെന്റിന് ശേഷം റബ്ബർ കൃഷിക്ക് വേണ്ട കൺസൾട്ടൻസി നല്കിക്കൊണ്ടിരിക്കുന്നു. ആയതിലേക്ക് www.rubber consultancy.com എന്ന വെബ്സൈറ്റും ഉണ്ട്.

2011–2015 വരെ ദക്ഷിണ കർണ്ണാടകയിൽ ബൽത്താങ്ങാട് താലൂക്കിൽ നേരിയ വില്ലേജിൽ ജോർദ്ദാനിയ എന്ന സ്ഥാപനത്തിൽ റബ്ബർ കൺസൾട്ടന്റും ചീഫ് മാനേജരുമായി സേവനം അനുഷ്ഠിക്കുകയുണ്ടായി. സർവ്വീസ് കാലയളവിൽ കർണ്ണാടകയിലുള്ള സുള്ളിയ റബ്ബർ പ്ലാന്റേഷൻ, തമിഴ്നാട്ടിൽ കന്യാകുമാരിയിലുള്ള റബ്ബർപ്ലാന്റേഷൻ, കൊങ്കണിലുള്ള ഗവൺമെന്റ് റബ്ബർ പ്ലാന്റേഷൻ എന്നിവയിൽ ഔദ്യോഗിക സന്ദർശനത്തിനും പഠനം നടത്താനും അവസരം ലഭിച്ചു.

ഇത് എന്റെ ചിരകാല സ്വപ്നത്തിന്റെ സാക്ഷാൽക്കാരമാണ്.

ഔദ്യോഗിക ജീവിതത്തിന്റെ കാലയളവിൽ കേരളം അങ്ങോളമിങ്ങോളവും, അയൽ സംസ്ഥാനങ്ങളിലും റബ്ബർ കൃഷി മേഖലയുമായി ബന്ധപ്പെട്ട് പ്രവർത്തിച്ചതിന്റെയും റബ്ബർ ബോർഡിൽനിന്നും ലഭിച്ച നിസ്തുലമായ ട്രെയിനിങ്ങിന്റെയും ഫലമായി റബ്ബർ മേഖലയും കൃഷിയുമായി ബന്ധപ്പെട്ട് കുറേ കാര്യങ്ങൾ പഠിക്കാൻ സാധിച്ചു. പിന്നീട് ഇങ്ങോട്ട് ഇന്നുവരേയും വിവിധ സ്ഥാപനങ്ങൾക്ക് റബ്ബർ കൺസൾട്ടൻസി മുഖേന കൃഷി സംബന്ധിയായി അറിവ് പകർന്നുകൊടുക്കാനും സാധിച്ചു. എന്റെ പരിമിതമായ അറിവ് മറ്റുള്ളവർക്കും ഭാവിതലമുറയ്ക്കും പകർന്നുകൊടുക്കണമെന്നുള്ള ആഗ്രഹനിവൃത്തിയാണ് ഈ ചെറുഗ്രന്ഥം. വായനക്കാരുടെ സഹകരണത്തിനായി അപേക്ഷിച്ചുകൊണ്ട്.

തോമസ് ചാക്കോ

റബ്ബറിന്റെ ചരിത്രം

റബ്ബർ മരത്തെയും റബ്ബറിനെയുംകുറിച്ചുള്ള അറിവ് ലോകത്തിന് കാട്ടിക്കൊടുത്തത് മഹാനായ ക്രിസ്റ്റഫർ കൊളംബസാണ്. അദ്ദേഹത്തിന്റെ ലോകം ചുറ്റിയുള്ള കടൽയാന യാത്രയുടെ രണ്ടാം പാദത്തിൽ (1493-96 കാലഘട്ടത്തിൽ) സൗത്ത് അമേരിക്കയോട് ചേർന്നുള്ള 'ഹെയ്ത്തി' ദ്വീപിലെ ആദിവാസികൾ ചില മരങ്ങളുടെ പശയിൽനിന്നും, താഴെയിട്ടാൽ മുകളിലേക്ക് തെറിക്കുന്ന ഒരു തരം പന്ത് ഉണ്ടാക്കിയത് ശ്രദ്ധയിൽപ്പെടുകയും അതിൽ ചിലത് ശേഖരിക്കുകയും ചെയ്തതായി രേഖപ്പെടുത്തിയിരുന്നു. പന്തിനെക്കുറിച്ചും അവ ഉല്പാദിപ്പിക്കപ്പെടുന്ന മരങ്ങളെയുംകുറിച്ചുള്ള വിവരണം പ്രസ്തുത ആദിവാസികളിൽനിന്നും മനസ്സിലാക്കിയത് യാത്രാക്കുറിപ്പിൽ രേഖപ്പെടുത്തുകയും ചെയ്തിട്ടുണ്ട്. 1615 ൽ സ്പാനിഷ് പട്ടാളക്കാർ മെക്സിക്കോയിൽ വച്ച് മഴ നനയാതിരിക്കാനായി റബ്ബർ പൂശിയ കോട്ടുകൾ ഉപയോഗിച്ചിരുന്നതിനും പ്രാമാണിക രേഖകൾ ഉണ്ട്. വയോളി (Srub) എന്ന ഒരു തരം ചെടിയിൽ നിന്നും റബ്ബർ അംശം വേർതിരിച്ച് വടക്കേ അമേരിക്കക്കാർ ഉപയോഗിച്ചിരുന്നതായും രേഖകളിൽ പറയുന്നു. കാസ്റ്റില്ല ഇലാസ്റ്റിക്ക (Castila) മരങ്ങളിൽ നിന്നും ചെറിയ തോതിൽ കറ ശേഖരിച്ച് മെക്സിക്കോകാർ പന്തുകളായി ഉപയോഗിച്ചിട്ടുള്ളതായും പറയപ്പെടുന്നു. 1751 ൽ ചാൾസ് ഡി ലാൻഡമിൻ (Charles De Landamin) എന്ന ഫ്രഞ്ച് വിദഗ്ദ്ധൻ, ആമസോൺ വനങ്ങളിൽനിന്നും ഹീവിയ ബ്രസീലിയൻസിസ് എന്ന മരം റബ്ബർ ഉല്പാദനത്തിനായി കണ്ടെത്തുകയും പ്രചരിപ്പിക്കുകയും ചെയ്തു. ശാസ്ത്രീയ പഠനങ്ങൾക്കായി അദ്ദേഹം ഇതിനെ ഉപയോഗപ്പെടുത്തി. ഹീവിയമരങ്ങളുടെ പട്ടയിൽ നിന്നും റബ്ബർ പാൽ ശേഖരിക്കുന്നതിനായി പ്രദേശവാസികളെ നിയോഗിക്കുകയും അങ്ങനെ ലഭിച്ച അസംസ്കൃത

വസ്തു ഷൂ നിർമ്മാണത്തിനും തുണിത്തരങ്ങളിൽ ചേർത്ത് വാട്ടർ പ്രൂഫ് ഉപകരണങ്ങൾ ഉണ്ടാക്കുന്നതിനും മറ്റുമായി പ്രയോജനപ്പെടുത്തി. വിവിധയിനം മരങ്ങളിൽ നിന്നും ഇലാസ്തികതയുള്ള റബ്ബർ കണങ്ങൾ വിവിധ കാലഘട്ടങ്ങളിലായി കണ്ടുപിടിക്കപ്പെട്ടിട്ടുണ്ട്. ആയിരക്കണക്കിന് വൃക്ഷ ലതാദികളിൽ നിന്നും റബ്ബർ കണികകൾ കണ്ടെത്തിയിട്ടുണ്ടെങ്കിലും ആമസോൺ വനത്തിൽ നിന്നും കണ്ടെത്തിയ ഹീവിയ ബ്രസീലിയൻസിൽ എന്ന മരങ്ങളാണ് റബ്ബർ ഉല്പാദനത്തിന് ഏറ്റവും അനുയോജ്യമായിട്ടുള്ളത്. കറുത്ത ഈയം കലർന്ന പെൻസിലുകളുടെ എഴുത്ത് മായ്ക്കാൻ ഉപയോഗിച്ചതിൽ നിന്നാണ് (Rub ചെയ്യാൻ) റബ്ബർ എന്ന നാമം ഉണ്ടായത്. 1770 ൽ ബ്രിട്ടീഷ് ശാസ്ത്രജ്ഞനായ ജോസഫ് പ്രീസ്റ്റിലിയാണ് ഈ പേര് ആദ്യമായി ഉപയോഗിച്ചത്. 1772 ൽ ലണ്ടനിലും പാരീസിലും റബ്ബർ ക്യൂബുകൾ വിപണിയിൽ ലഭ്യമായിത്തുടങ്ങി. 1791 ൽ സാമുവൽ ഷീൻ എന്ന വ്യവസായി റബ്ബർ കോട്ട് ചെയ്ത തുണിത്തരങ്ങൾ വിപണിയിൽ ഇറക്കി. 1823 ൽ വ്യാവസായിക അടിസ്ഥാനത്തിൽ ചാൾസ് മഖിന്റോഷ് ഈ രംഗത്തേക്ക് കടന്നുവന്നു.

ചാൾസ് ഗുഡ് ഈയർ എന്ന അമേരിക്കക്കാരൻ അയാളുടെ ജീവിത കാല സമ്പാദ്യം റബ്ബർ ഉല്പന്നങ്ങളുടെ നിർമ്മാണ കണ്ടുപിടിത്തങ്ങൾക്കായി ചെലവിടുകയും നിരന്തരം പരീക്ഷണ- നിരീക്ഷണങ്ങളുടെ ഫലമായി 1831 ൽ റബ്ബർ ഇലാസ്തികത പ്രവർത്തനം വിജയകരമായി നടപ്പിലാക്കുകയും ചെയ്തു. 1841 ൽ മേല്പടി പ്രവർത്തനങ്ങൾക്കുള്ള പേറ്റന്റ് ഗുഡ് ഇയർ നേടിയെടുത്തു. 1843 ൽ ഹാൻകുക്ക് എന്ന ശാസ്ത്രജ്ഞൻ റബ്ബർ വൾക്കനൈസേഷൻ (Vulcanization) രംഗത്ത് നൂതന പരിവർത്ത

ടയർ നിർമ്മാണം

നങ്ങൾ നടത്തുകയും അതിൽ പേറ്റന്റ് നേടിയെടുക്കുകയും ചെയ്തു. 1845 ൽ സ്കോട്ട്ലാന്റുകാരനായ തോംസൺ റബ്ബർ അധിഷ്ഠിത ടയർ നിർമ്മാണത്തിൽ ഏർപ്പെട്ടെങ്കിലും ആ പ്രവൃത്തി വിജയത്തിലെത്തിച്ചത് 1888 ൽ ബെൽഫാസ്റ്റണിലുള്ള മൃഗഡോക്ടർ ജെ ബി ഡൺലപ്പാണ്. അദ്ദേഹം അതിനുള്ള പേറ്റന്റ് സമ്പാദിച്ചു. ഇതിനെ റബ്ബർ വ്യവസായത്തിലെ നാഴികക്കല്ല് എന്ന് വിശേഷിപ്പിക്കാം. ഇന്ന് ലോക റബ്ബർ ഉല്പാദനത്തിന്റെ സിംഹഭാഗം (80%) ഉപയോഗം ടയർ വ്യവസായത്തിലാണ്. റബ്ബർ അധിഷ്ഠിത ഉല്പന്നങ്ങളുടെ ആവശ്യകത കൂടി വരികയും തെക്കേ അമേരിക്കൻ വനങ്ങളിൽനിന്നുള്ള റബ്ബർ ഉല്പാദനം തികയാതെ വരികയും ചെയ്ത സാഹചര്യത്തിൽ ആഗോളമേൽക്കോയ്മ കരസ്ഥമാക്കിയിരുന്ന ബ്രിട്ടീഷ് ഭരണകൂടം കിഴക്കൻ രാജ്യങ്ങളിൽ റബ്ബർ കൃഷി വ്യാപിപ്പിക്കേണ്ട ആവശ്യകതയെക്കുറിച്ച ചിന്തിക്കാൻ തുടങ്ങി. 1857 ൽ ശ്രീ. തോമസ് ഹാൻകുക്ക് എന്ന ബ്രിട്ടീഷ് ഉദ്യോഗസ്ഥൻ ഈ നിർദ്ദേശം മുന്നോട്ടു വെക്കുകയുണ്ടായി. 1872 ൽ സർ ക്ലമന്റ് മർച്ചൻ എന്ന ലണ്ടനിലെ ഇന്ത്യാ ഓഫീസ് അധിപൻ, ഇന്ത്യയുടെ ചെലവിൽ കിഴക്കൻ മേഖലകളിലേക്ക് റബ്ബർ കൃഷി വ്യാപിപ്പിക്കാനായി എഡ്വിൻബറോയിലുള്ള സസ്യശാസ്ത്രജ്ഞൻ ജെയിംസ് കോളിൻസിനെ അധികാരപ്പെടുത്തി.

ലണ്ടനിലുള്ള ക്യൂ ബൊട്ടാണിക്കൽ ഗാർഡൻ വഴി ബ്രസീലിൽ നിന്ന് ബ്രിട്ടീഷ് ഗവൺമെന്റ് വിതരണം ചെയ്ത റബ്ബർക്കുരു ലോകസമ്പദ് വ്യവസ്ഥയെയും ലോകജീവിത നിലവാരത്തെയും ജനതയുടെ ജീവിത ആവശ്യങ്ങളെയും എങ്ങനെയെല്ലാം പരിപോഷിപ്പിക്കും എന്ന് പരിശോധിക്കാം. റബ്ബർക്കുരു സംഭരണ വിതരണ ദൗത്യം ബ്രിട്ടീഷ് ഗവൺമെന്റ് ഏല്പിച്ചത് അവരുടെ കോളനിയായിരുന്ന ഇന്ത്യയെയാണ്. ഇന്ത്യ ആ ദൗത്യം ഏറ്റെടുക്കുകയുമുണ്ടായി. പില്ക്കാലത്ത് ലോക രാഷ്ട്രങ്ങൾക്ക് വൻ സാമ്പത്തികനേട്ടം ഉണ്ടാകാൻ കാരണമായ റബ്ബർ വ്യവസായത്തിന്റെ ആരംഭദിശയിലുണ്ടായ സാമ്പത്തിക ബാദ്ധ്യത മുഴുവൻ വഹിച്ചത് നമ്മുടെ രാജ്യമാണ് എന്ന കാര്യം പലർക്കും അറിയില്ല. അല്ലെങ്കിൽ അറിയാനോ അംഗീകരിക്കാനോ തയ്യാറാകുന്നുമില്ല.

1873 ൽ രണ്ടായിരം റബ്ബർക്കുരു ബ്രസീലിൽനിന്നും വരുത്തി ഇംഗ്ലണ്ടിലെ ക്യൂ ബൊട്ടാണിക്കൽ ഗാർഡനി (Kew botanical garden)ൽ നട്ടു. ഇതിൽ ഒരു ഡസൻ തൈകൾ മാത്രം മുളയ്ക്കുകയും അതിൽ 6 എണ്ണം കല്ക്കത്ത ബൊട്ടാണിക്കൽ ഗാർഡനിൽ നടുകയും ചെയ്തു. ഈ തൈകൾക്ക് പിന്നീട് എന്ത് സംഭവിച്ചു എന്ന് ആർക്കും അറിയില്ല. അതിനുശേഷം 1876 ൽ റോബർട്ട് ക്രോസ് എന്ന ബ്രിട്ടീഷ് ഉദ്യോഗസ്ഥൻ 10000 റബ്ബർക്കുരു ബ്രസീലിൽ നിന്നെത്തിച്ച് ക്യൂ ഗാർഡനിൽ നട്ടു. അതിൽനിന്ന് കുറച്ച് തൈകൾ സിലോണിൽ (ശ്രീലങ്ക) നട്ടു. എന്നാൽ അതും നശിച്ചുപോയി. അതേവർഷം കിഴക്കൻ രാജ്യങ്ങളിൽ റബ്ബർ പ്ലാന്റേഷന്റെ പിതാവ് എന്നറിയപ്പെടുന്ന ഹെന്റി വിക്ഹാം 70000 ഹീവിയ

റബ്ബർക്കുരു ബ്രസീലിൽനിന്ന് ശേഖരിച്ച്, പ്രത്യേക കപ്പൽ ചാർട്ട് ചെയ്ത് ബ്രിട്ടനിലെ ക്യൂ ഗാർഡനിൽ എത്തിച്ചു. അതിൽ ഏകദേശം 4% കുരു മുളച്ചു കിട്ടി. ബ്രിട്ടീഷ് അധികാരികൾ ഇതിൽനിന്നും 2000 തൈകൾ സിലോണിലേക്കും മലയയിലേക്കും (മലേഷ്യ) അയച്ചു. സംഭരണ പരിചരണ വിതരണ ചെലവുകൾക്കായുള്ള ഭാരിച്ച മുതൽമുടക്ക് ഇന്ത്യയുടെ മേൽ അടിച്ചേല്പിക്കുകയാണുണ്ടായത്. ഇന്ന് ലോകം മുഴുവൻ വ്യാപിച്ചു കിടക്കുന്ന റബ്ബർ കൃഷിയുടെ പ്രാരംഭച്ചെലവുകൾ മുഴുവൻ വഹിച്ചത് ഇന്ത്യയായിരുന്നു എന്ന് നാം ഓർക്കേണ്ടതാണ്.

1879 ൽ 28 ഹീവിയ റബ്ബർ തൈകൾ സിലോണിൽനിന്ന് കേരളത്തിൽ എത്തിച്ച് നിലമ്പൂർ തേക്ക് തോട്ടത്തിലും 1886 ൽ കുറേ തൈകൾ കോഴിക്കോട്ട് പൂനൂർ മേഖലകളിലും നടുകയുണ്ടായി. ഇന്ത്യയിൽ വ്യാവസായിക അടിസ്ഥാനത്തിൽ റബ്ബർ തൈകൾ ആദ്യമായി നട്ടത് 1902 ൽ ആലുവായ്ക്കടുത്ത് തട്ടേക്കാട് എന്ന സ്ഥലത്താണ്. തുടർന്ന് 1904 ൽ മുണ്ടക്കയം, ഏന്തയാർ, എൽഡോറാഡോ എന്നീ എസ്റ്റേറ്റുകൾ റബ്ബർ പ്ലാന്റേഷൻ ആരംഭിച്ചു.

തിരുവിതാംകൂർ, കൊച്ചി, മദ്രാസ്, മൈസൂർ എന്നീ സംസ്ഥാനങ്ങൾ റബ്ബർ പ്ലാന്റേഷനുവേണ്ടി വനപ്രദേശം വിട്ടു കൊടുക്കുകയും കൂടുതൽ ഹീവിയ റബ്ബർ തൈകൾ എത്തിക്കുന്നതിനുള്ള നടപടികൾ ആരംഭിക്കുകയും ചെയ്തു. 1907 ൽ കെ ഇ നിക്കോൾ, എഫ് ജി വിൻഡൽ എന്നീ ബ്രിട്ടീഷുകാർ പാലപ്പള്ളി, പുതുക്കാട് എന്നിവിടങ്ങളിൽ ആയി 1100 ഏക്കർ റബ്ബർ പ്ലാന്റേഷൻ തുടങ്ങി. 1910 ആയപ്പോഴേക്കും മുണ്ടക്കയം ഉൾപ്പെട്ട പ്രദേശങ്ങൾ ഇന്ത്യയിലെ ഏറ്റവും വലിയ റബ്ബർ പ്ലാന്റേഷനായി (ഏകദേശം പതിനായിരം ഏക്കർ) മാറിയിരുന്നു. തുടർന്ന് ഉപാസി (UPASI) എന്ന ദക്ഷിണേന്ത്യൻ ഐക്യ പ്ലാന്റേഷൻ അസോസിയേഷൻ റബ്ബർ കൃഷിയിലും റബ്ബർ ഉല്പന്നങ്ങളുടെ ഗവേഷണത്തിലും താല്പര്യമെടുക്കുകയും നൂതന സാങ്കേതിക വിദ്യകൾ വികസിപ്പിക്കുന്നതിൽ ഏറെ മുന്നേറ്റം നേടുകയും ചെയ്തു. ഇന്ത്യയിൽ മുൻനിരയിലുള്ള പ്രിന്റിങ്ങ് മാധ്യമമായ *മലയാള മനോരമ* 1905-1910 വരെ റബ്ബർ വ്യവസായത്തിന്റെ വളർച്ചയ്ക്ക് സഹായകമായ പദ്ധതികളും നിർദ്ദേശങ്ങളും ആവിഷ്കരിക്കുകയും പ്രചരിപ്പിക്കുകയും ചെയ്തു. അങ്ങനെ റബ്ബർ പ്ലാന്റേഷൻ മേഖലയിലെ ആദ്യത്തെ ജോയിന്റ് സ്റ്റോക്ക് കമ്പനിയായ മലങ്കര റബ്ബർ ആന്റ് പ്രൊഡ്യൂസ് കമ്പനി ലിമിറ്റഡ് നിലവിൽ വന്നു. തുടർന്നു പ്രാദേശിക കർഷകരും റബ്ബർ ഉൽപ്പാദനരംഗത്തേക്ക് കടന്നു വന്നതോടെ തിരുവിതാംകൂർ, റബ്ബർ കൃഷി വ്യാപന രംഗത്ത് ഏറ്റവും വലിയ സംസ്ഥാനമാകുകയും ഇതിന്റെ ചുവടുപിടിച്ച് കൊച്ചിയും അന്നത്തെ മദ്രാസ് സംസ്ഥാനത്തിന്റെ ഭാഗമായ മലബാറും കൂടി കൈകോർത്തതോടെ തെക്കെ ഇന്ത്യയിലെയും ഏഷ്യയിലെയും ഏറ്റവും വലിയ റബ്ബർ കൃഷി മേഖലയായി പില്ക്കാലത്ത് കേരളം വളർന്നു. 1925 മുതൽ 1928 വരെ റബ്ബർ പ്ലാന്റേഷൻ മേഖലയിലുണ്ടായ വളർച്ച അഭൂതപൂർവ്വമായിരുന്നു.

1925 നെ അപേക്ഷിച്ച് 1928 ൽ 200% ന്റെ വർദ്ധന ഉണ്ടാക്കാൻ കാരണമായത് ചെറുകിട ഇടത്തര കർഷകരുടെ ഈ മേഖലയിലേക്കുള്ള കടന്നുവരവാണ്. ഈ കാലയളവിൽ അന്തർദ്ദേശീയ മാർക്കറ്റിൽ റബ്ബറിന് വമ്പിച്ച വിലയിടിവാണ് രേഖപ്പെടുത്തിയത്. ഈ വിലയിടിവിനെ നേരിടുവാൻ 1934 ൽ ഒരു അന്തർദ്ദേശീയ റബ്ബർ നിയന്ത്രണ കരാർ ഏർപ്പെടുത്തുകയുണ്ടായി. ഈ കരാറിന്റെ അടിസ്ഥാനത്തിൽ പുതിയ കൃഷിയും പുനർ കൃഷിയും നിർത്തലാക്കുകയും ചെയ്തു. ഈ കരാർ കൃത്യമായി പാലിക്കപ്പെടാൻ എല്ലാ രാജ്യങ്ങളിലും ലോക്കൽ കമ്മിറ്റികൾ സംഘടിപ്പിക്കുകയും ഈ കമ്മിറ്റികളെ 1934 ലെ റബ്ബർ കൺട്രോൾ ആക്ടിന്റെ പരിധിയിൽ കൊണ്ടുവരികയും ചെയ്തു. അങ്ങനെ രൂപീകരിക്കപ്പെട്ട കമ്മിറ്റിയിൽ തിരുവിതാംകൂർ, കൊച്ചി, മദ്രാസ്, മൈസൂർ ഗവൺമെന്റുകൾ അംഗങ്ങളായ ഇന്ത്യൻ റബ്ബർ ലൈസൻസിങ് കമ്മിറ്റി നിലവിൽ വന്നു. ഈ കമ്മിറ്റിയുടെ ഹെഡ്ക്വാർട്ടേഴ്സ് ആയി കോട്ടയം നിശ്ചയിക്കപ്പെടുകയും ചെയ്തു.

രണ്ടാം ലോക മഹായുദ്ധവുമായി ബന്ധപ്പെടുത്തി ഈ കരാർ 1942 ൽ റദ്ദാക്കപ്പെട്ടു. ലൈസൻസിങ് കമ്മിറ്റിയുടെ സ്ഥാനത്ത് റബ്ബർ പ്രൊഡക്ഷൻ ബോർഡ് രൂപീകരിച്ചു. 1942 ഡിസംബർ 7-ാം തീയതി റബ്ബർ പുതിയ കൃഷിക്കും പുനർ കൃഷിക്കും ഏർപ്പെടുത്തിയിരുന്ന നിയന്ത്രണം എടുത്തു കളഞ്ഞു. കേന്ദ്ര ഗവൺമെന്റിന്റെ ഭാഗത്തുനിന്നും റബ്ബർ കൃഷിക്ക് കൂടുതൽ ആനുകൂല്യം പ്രഖ്യാപിക്കുകയും തൽഫലമായി റബ്ബർകൃഷിയുടെ വ്യാപ്തിക്രമാനുഗതമായി വർദ്ധിക്കുകയും ചെയ്തു. 1946 സെപ്തംബർ 30 ന് റബ്ബർ നിയന്ത്രണ കരാറിന്റെ കാലാവധി അവസാനിച്ചു. തുടർന്ന് റബ്ബർ പ്ലാന്റേഷനെ സംബന്ധിക്കുന്ന എല്ലാ കാര്യങ്ങളും നിയന്ത്രിക്കുന്നതിനും, നിർവ്വഹിക്കുന്നതിനുമായി ഒരു ഭരണസമിതി ഉണ്ടാകേണ്ട ആവശ്യകത ഉൾക്കൊണ്ട് ശുപാർശ സമർപ്പിക്കുന്നതിലേക്കായി ഒരു പ്രത്യേക കമ്മിറ്റി രൂപീകരിക്കപ്പെടുകയും പ്രസ്തുത കമ്മിറ്റിയുടെ നിർദ്ദേശപ്രകാരം റബ്ബർ പ്രൊഡക്ഷൻ ആന്റ് മാർക്കറ്റിങ് ബോർഡ് ആക്ട് 1947 കേന്ദ്ര ഗവൺമെന്റ് അംഗീകരിക്കുകയും അതിൻ പ്രകാരം 1947 ഏപ്രിൽ 19 ന് ഇന്ത്യൻ റബ്ബർ ബോർഡ് രൂപീകരിക്കുകയും പിന്നീട് വന്ന ഭേദഗതി ആക്ട് 1957 പ്രകാരം പ്രസ്തുത "ഇന്ത്യൻ റബ്ബർ ബോർഡ്" എന്നതു മാറ്റി "റബ്ബർ ബോർഡ്" നിലവിൽ വന്നു. ഇത് ഇന്ന് കോട്ടയം പുതുപ്പള്ളിയിൽ പ്രവർത്തിക്കുന്ന റബ്ബർ ബോർഡ് ആസ്ഥാമായി മാറി. പുതുപ്പള്ളിയിൽ റബ്ബർ റിസർച്ച് സ്റ്റേഷനും അഡ്മിനിസ്ട്രേറ്റീവ് ഓഫീസും അനുബന്ധമായി എരുമേലിയിൽ ചേത്തക്കൽ എന്ന സ്ഥലത്ത് 200 ഓളം ഏക്കറിൽ പരീക്ഷണ നഴ്സറിയും ജില്ലകളിൽ മേഖലാ ഓഫീസും അതിന്റെ അധികാര പരിധികളിൽ വാണിജ്യാടിസ്ഥാനത്തിലുള്ള നഴ്സറിയും പ്രവർത്തിച്ചുവരുന്നു.

കാർഷിക ഭൂപരിധി നിയമം പ്രാബല്യത്തിൽ വന്നപ്പോൾ റബ്ബർ, തേയില, ഏലം എന്നീ മേഖലകളെ, കയറ്റുമതി അധിഷ്ഠിത വിളകൾ

ആകയാലും സേവന മേഖലയിൽ ഉൾപ്പെട്ടിട്ടുള്ളതിനാലും ഭൂപരിധിയിൽ നിന്നും ഒഴിവാക്കി നിർത്തി. ഈ ആനുകൂല്യം പ്രയോജനപ്പെടുത്തി ധാരാളം ഇടത്തരം, വൻകിട മേഖലകൾ പുതുതായി റബ്ബർ കൃഷിയിലേക്ക് കടന്നുവരികയാൽ റബ്ബർ കൃഷിയിടങ്ങൾ വളരെയേറെ വിപുലീകരിക്കപ്പെട്ടു. ഈ സാഹചര്യത്തിൽ കേരളത്തിന് പുറത്തും റബ്ബർ കൃഷിക്ക് അനുയോജ്യമായ കാലാവസ്ഥയും ഭൂപ്രകൃതിയും ഉള്ള സ്ഥലങ്ങളായ കൊങ്കണ, ദക്ഷിണ കർണ്ണാടക, ത്രിപുര, ആസാം, മിസ്സോറാം, മണിപ്പൂർ, കർണ്ണാടകയിലെ സിന്ധു ദുർഗ്ഗ, മഹാരാഷ്ട്രയിലെ രത്നഗിരി സാമന്തവാടി മേഖലകളും റബ്ബർകൃഷിയിലേക്ക് തിരിയുകയുണ്ടായി. ഇന്ത്യയിലുള്ള മൊത്തം റബ്ബർ കൃഷി ഏരിയകളിൽ 90% വും കേരളത്തിലാണ്. കാലാവസ്ഥവ്യതിയാനവും അടുത്ത കാലത്ത് ആഗോള അടിസ്ഥാനത്തിൽ ഉണ്ടായ റബ്ബർ വിലയിടിവും നമ്മുടെ രാജ്യത്തെ റബ്ബർ ഉല്പാദനം കാര്യമായി കുറയുവാൻ ഇടയാക്കിട്ടുണ്ട്. ഇപ്പോൾ ഏകദേശം 12 ലക്ഷം മെട്രിക് ടൺ ആവശ്യമുള്ളിടത്ത് നമ്മുടെ ആഭ്യന്തര ഉല്പാദനം 10 ലക്ഷം ടണ്ണിന് താഴെയാണ് എന്നതും നാം വിസ്മരിച്ചുകൂടാ. ഉപഭോഗം കൂടുകയും ഉല്പാദനം കുറയുകയും ചെയ്യുന്ന സാഹചര്യത്തിൽ വിദേശങ്ങളിൽനിന്നും സിന്തറ്റിക് റബ്ബറും, ഉപയോഗിച്ച ടയറും മറ്റ് അസംസ്കൃത റബ്ബർ ഉല്പന്നങ്ങളും നമ്മുടെ രാജ്യത്തേക്ക് ഇറക്കുമതി ചെയ്യുന്നതിന് കാരണമാകുന്നു.

നിർബാധമുള്ള ഈ ഇറക്കുമതി നമ്മുടെ നാട്ടിൽ ഉല്പാദിപ്പിക്കുന്ന നാച്യുറൽ റബ്ബറിന്റെ വിലയിടിവിനും കാരണമാകുന്നു. ഇനിയും റബ്ബർ കൃഷിക്ക് അനുയോജ്യമായ സ്ഥലങ്ങൾ നമ്മുടെ രാജ്യത്ത് ഉണ്ടെന്നിരിക്കെ, 1980 ൽ നിലവിൽ വന്ന ഫോറസ്റ്റ് കൺസർവേഷൻ ആക്ട് റബ്ബർ കൃഷി വ്യാപനത്തെ തടയുന്നുമുണ്ട്. ജാർഖണ്ഡ്, ഉത്തരാഖണ്ഡ് മേഖലകളിൽ കൂടി റബ്ബർ കൃഷി വികസിപ്പിക്കുകയും കർഷകർക്ക് കൊടുക്കുന്ന സബ്സിഡി വർദ്ധിപ്പിക്കുകയും കുറഞ്ഞ വിലയിൽ വളം, കൃഷിയായുധങ്ങൾ മുതലായവ ലഭ്യമാക്കുകയും ചെയ്താൽ കർഷകരെ ഈ മേഖലയിൽ പിടിച്ചു നിർത്തുന്നതിന് സാധിക്കും. ഇക്കാര്യങ്ങളെപ്പറ്റി ഭരണകൂടം ആലോചിച്ച് തീരുമാനമെടുക്കേണ്ടതാണ്. ഉല്പാദന വർദ്ധനയ്ക്കായി നിരവധി പദ്ധതികൾ റബ്ബർ ബോർഡ് നിർദ്ദേശിക്കുന്നുണ്ടെങ്കിലും കർഷകർ നിരാശയിലാണ്. നമ്മുടെ ദേശീയ ശരാശരി വാർഷിക ഉല്പാദനം ഹെക്ടർ 1 ന് 1700 കെ ജി യിൽ ഒതുങ്ങി നില്ക്കുകയാണ്. ഈ ഉല്പാദനക്ഷമത, റബ്ബർ ബോർഡിന്റെ നിർദ്ദേശങ്ങൾ പാലിച്ചും, ഈ മേഖലകളിൽ അനുഭവ സമ്പന്നരായവരുടെ ഉപദേശം സ്വീകരിച്ചും കൃഷി രീതി നടപ്പിലാക്കിയാൽ ഇന്നുള്ള ഉല്പാദന ശരാശരി ഹെക്ടർ 1 ന് 2000 കെ ജി ക്ക് മുകളിൽ എത്തിക്കാവുന്നതാണ്. അനുകൂല കാലാവസ്ഥയിലും അത്യുല്പാദന ശേഷിയുള്ള നടീൽ വസ്തുക്കൾ ഉപയോഗിച്ചും, കൃത്യമായി വിളപരിപാലനം നടത്തുകയാണെങ്കിൽ പ്രതിവർഷ ഉല്പാദനം 2500 കെ ജി വരെ ഉയർത്തുവാൻ സാധിക്കും. വിൽപ്പന

നികുതി ഇളവ് അനുവദിച്ചും, സംഘടിത മേഖലയിൽ ഭൂനികുതി ഇളവ് ചെയ്തും റബ്ബർ കൃഷി പ്രോത്സാഹിപ്പിക്കാവുന്നതാണ്. റബ്ബർ കൃഷിചെയ്യുന്ന സംസ്ഥാനങ്ങളിൽ, ആ മേഖലയ്ക്ക് നികുതി ഒഴിവാക്കുന്നതും റബ്ബർ കൃഷിയെ പ്രോത്സാഹിപ്പിക്കും. അസംസ്കൃത പ്രകൃതിദത്ത റബ്ബർ ഉല്പാദനം സ്വയം പര്യാപ്തതയിൽ എത്തിയാൽ റബ്ബർ ഇറക്കുമതി ഒഴിവാക്കുന്നതിനും വിലസ്ഥിരത നിലനിർത്തുന്നതിനും സാധിക്കും.

അധിക വിഭവസമാഹരണം സാദ്ധ്യമായാൽ കയറ്റുമതിയിലൂടെ രാജ്യത്തിന് വിദേശനാണ്യം നേടിയെടുക്കുന്നതിനും ഇത് കാരണമാകും. കൂടാതെ വ്യവസായ വളർച്ചയ്ക്കും ഇന്ത്യയുടെ മൊത്ത ആഭ്യന്തര ഉല്പാദനത്തിന്റെ ഉയർച്ചയ്ക്കും റബ്ബറിന്റെ സ്വയം പര്യാപ്തത സഹായകമാകും. ഇന്ന് ആഭ്യന്തര റബ്ബർ ഉല്പാദനത്തിൽ നമ്മുടെ രാജ്യം മലേഷ്യക്കും ഇന്ത്യേനേഷ്യക്കും പുറകിലാണ് എന്ന സത്യം നാം തിരിച്ചറിയേണ്ടിയിരിക്കുന്നു. ലോകത്ത് റബ്ബർ ഉല്പാദനത്തിന് ആവശ്യമായ ക്രമീകരണങ്ങളും ഭാരിച്ച ചെലവും വഹിച്ചിട്ടുള്ളത് ഇന്ത്യയാണ് എന്ന് മുൻപ് പറഞ്ഞിട്ടുള്ളതാണ്. അതുകൊണ്ടുതന്നെ റബ്ബർ ഉല്പാദനരംഗത്ത് 1-ാം സ്ഥാനത്തേക്ക് ഉയരാൻ നമുക്ക് സാധിക്കേണ്ടതാണ്. അതിനുവേണ്ട രാഷ്ട്രീയ ഇച്ഛാശക്തി ഉണ്ടാകേണ്ടിയിരിക്കുന്നു. കേരളത്തെ സംബന്ധിച്ച് റബ്ബർ കൃഷിയിലും ഉല്പാദനത്തിലും 90% മേൽക്കോയ്മയുള്ള കേരളത്തിൽ റബ്ബർ അധിഷ്ഠിത വ്യവസായ രംഗത്ത് വേണ്ടത്ര ശ്രദ്ധ പതിപ്പിച്ചിട്ടുണ്ടോ എന്ന് നാം ആലോചിക്കേണ്ടതാണ്. എടുത്ത് പറയാവുന്ന സംരംഭങ്ങൾ ചാലക്കുടിയിലെ പേരാമ്പ്രയിലും കളമശ്ശേരിയിലുമുള്ള അപ്പോളോ ടയേഴ്സും തിരുവനന്തപുരത്തുള്ള ഹിന്ദുസ്ഥാൻ ലാറ്റക്സും മാത്രമാണുള്ളത്. ടയറിന്റെയും സർജിക്കൽ ഗ്ലൗസ്, ചപ്പൽ മുതലായ 100 കണക്കിന് വലുതും ചെറുതുമായ റബ്ബർ ഉല്പന്നങ്ങളുടെയും ഉല്പാദന സ്ഥാപനങ്ങൾ നമുക്ക് സംസ്ഥാനത്ത് തുടങ്ങാവുന്നതാണ്. നമ്മുടെ താറുമാറായിക്കൊണ്ടിരിക്കുന്ന റോഡുകൾ മിക്കതും റബ്ബർ കൂട്ടിക്കലർത്തിയ ബിറ്റുമിൻ ഉപയോഗിച്ച് പുനരാവിഷ്കരിച്ചാൽ, ദീർഘകാലം ഈട് നില്ക്കുന്നതും അറ്റകുറ്റപ്പണികൾക്കുള്ള ചെലവ് വളരെയധികം കുറയ്ക്കാവുന്നതുമാണ്. റോഡ് അറ്റകുറ്റപ്പണികൾക്ക് വർഷാവർഷം മുടക്കുന്ന കോടികൾ മറ്റ് വികസന മേഖലയിൽ ചെലവിടാവുന്നതുമാണ്. റബ്ബർ അധിഷ്ഠിത ഉല്പന്ന നിർമ്മാണമേഖലയിൽ ലക്ഷക്കണക്കിന് തൊഴിലവസരങ്ങൾ സൃഷ്ടിക്കാൻ സാധിക്കും.

പ്രധാനപ്പെട്ട റബ്ബർ മരങ്ങൾ

ഹീവിയ ജനുസ്സിൽത്തന്നെ ബ്രസീലിയൻസിസ് അല്ലാതെ 8 അവാന്തര വിഭാഗങ്ങൾ ഉണ്ട്. അവയെല്ലാം തന്നെ ബ്രസീലിയൻസിസ്സിനൊപ്പം ഉല്പാദന ക്ഷമത ഇല്ലാത്തതാകയാൽ കൂടുതലായി വിവരണം കൂടാതെ പേരുകൾ താഴെപ്പറയുന്നു.

1. ഹീവിയ മൈക്രോഫൈല
2. ഹീവിയ ബന്താമിയാന
3. ഹീവിയ നിറ്റിഡ
4. ഹീവിയ പാസിഫ് ഫ്ളോറ
5. ഹീവിയ റിജിഡി ഫ്ളോറിയ
6. ഹീവിയ കാംപോറിയം
7. ഹീവിയ സ്പ്രൂസിയാന
8. ഹീവിയ ഗയാൻസിസ്

ഹീവിയ ജനുസ്സിൽപ്പെടാത്ത 7 ഇനം റബ്ബർമരങ്ങളുടെ പേരുകൾ താഴെ ചേർക്കുന്നു.

1. ഫന്തൂമിയ ഇലാസ്റ്റിക്കാ
2. ടെറാക്സാ കം
3. കാസ്റ്റിലാ ഇലാസ്റ്റിക്കാ
4. മാനിഹോട്ട് ഗ്ലാസിയോവിൻ
5. ഫൈക്കസ് ഇലാസ്റ്റിക്കാ
6. ക്രിപ്റ്റോ സ്റ്റീജിയ ഗ്രാന്റി ഫ്ളോറ
7. പാർത്തീനം അർജന്റേറ്റം

ഇവയൊന്നും തന്നെ വ്യാവസായിക അടിസ്ഥാനത്തിൽ കൃഷി ചെയ്യുന്നതിന് യോഗ്യമല്ല. ഇതിൽ പാർത്തീനിയം അർജന്റേറ്റം (വയോളി)

അത്യുഷ്ണ മേഖലയിലും അപൂർവ്വമായി കൃഷി ചെയ്യുന്നുണ്ട്. അധികം ഉയരത്തിൽ വളരാത്ത ചെറിയ കുറ്റിച്ചെടികളാണിവ. 30-40 സെ മീ മഴ ലഭിക്കുന്ന സ്ഥലങ്ങളിൽ ഇവ വളരുന്നുണ്ട്. അത്യുല്പാദനശേഷിയുള്ള ബ്രസീലിയൻസിസ് വ്യാപകമാകുന്നതിന് മുമ്പ് 1910 മുതൽ രണ്ട്, മൂന്ന് പതിറ്റാണ്ട് ഈ ഇനങ്ങൾ അമേരിക്ക, മെക്സിക്കോ എന്നിവിടങ്ങളിൽ കൃഷി ചെയ്തിട്ടുണ്ട്. ഇത് ഒരു ദീർഘകാലവിളയാണ്. 18-49^0 ചൂടിൽ ഇവ വളരും.

പതിനായിരത്തിലേറെ സസ്യങ്ങളിൽ റബ്ബറിന്റെ അംശം കൂടിയും കുറഞ്ഞും കാണുന്നുണ്ട്. എന്നാൽ ഇവയെല്ലാത്തിൽനിന്നും റബ്ബർ വേർതിരിച്ചെടുക്കുന്ന പ്രക്രിയ അതീവ ദുഷ്കരവും അതിൽനിന്ന് ലഭിക്കുന്ന റബ്ബർ നാമമാത്രമാകയാലും അത്തരം ജനുസ്സുകളെ അവഗണിക്കുകയേ നിർവ്വാഹമുള്ളൂ. 20 ഓളം സസ്യകുടുംബങ്ങളിൽപ്പെട്ട രണ്ടായിരത്തോളം സസ്യങ്ങളിൽ റബ്ബറിന്റെ അംശം കാണുന്നുണ്ട്. റബ്ബർ ശേഖരിക്കുന്നതിൽ ഏറ്റവും മുന്തിയ ഇനം മരമാണ് ഹീവിയ ബ്രസീലിയൻസിസ്. ലോകത്ത് ആകെയുള്ള റബ്ബർ ഉല്പാദനത്തിൽ 95% ഹീവിയ ബ്രസീലിയൻസിൽനിന്നാണ്. തെക്കേ അമേരിക്കയിലെ ബ്രസീൽ ആണ് ഈ മരത്തിന്റെ ഉത്ഭവസ്ഥാനം. ലോകമെമ്പാടും ഇന്ന് കാണുന്ന റബ്ബർ പ്ലാന്റേഷന്റെ പ്രഭവ കേന്ദ്രം ബ്രസീൽ തന്നെ എന്നുപറയാം.

ഹീവിയ ബ്രസീലിയൻസിസ്

സാമാന്യം ബലമുള്ള തായ്ത്തടിയും മുകളിലേക്ക് അല്പം വളഞ്ഞതുമായ ശിഖരങ്ങൾ മരത്തെ മൊത്തമായി ആവരണം ചെയ്തിരിക്കും. അനുയോജ്യമായ കാലാവസ്ഥയും മണ്ണിന്റെ ഘടനയുമനുസരിച്ച് തറനിരപ്പിൽനിന്നും 25-30 മീറ്റർ ഉയരത്തിൽ ഈ മരം വളർന്നു കാണുന്നു. ലാറ്റക്സ് അഥവാ റബ്ബർപ്പാൽ വെളുത്തതോ അല്പം മഞ്ഞ കലർന്ന വെള്ള നിറത്തിലും കാണും. മരത്തിന്റെ എല്ലാഭാഗങ്ങളിലും റബ്ബർപ്പാൽ അടങ്ങിയിരിക്കുന്നു. റബ്ബർമരത്തിന്റെ പട്ട (Bark) 4 ഇനങ്ങളായി ചേർന്നിരിക്കും. അതായത് തടിയോട് ചേർന്ന് തണ്ണിപ്പട്ട (Cambium), അതിനുപുറമെ പാൽക്കുഴൽ നിറഞ്ഞ മൃദുപട്ട (Soft Bark), അതിനുപുറമെ അങ്ങിങ്ങായി 10% ത്തോളം പാൽക്കുഴലുകളുള്ള കടുംപട്ട (Hard Bark), അതിന് വെളിയിലായി തടി ആവരണം ചെയ്തിരിക്കുന്ന മൊരി (Cork Bark) ഇവ ഉൾപ്പെട്ടിരിക്കുന്നു. തായ്വേര് (tap root) അധികം ആഴത്തിലേക്ക് പോകാത്തതും ശാഖ വേരുകൾ മണ്ണിന്റെ പ്രതലത്തോട് ചേർന്ന് അടിഭാഗത്തായി, ചുറ്റുപാടുകളോട് വ്യാപിച്ചുകിടക്കുന്ന രീതിയിലാണ് വേരിന്റെ ഘടന. ഈ വേരുകളിൽനിന്നും ഉത്ഭവിക്കുന്ന ലക്ഷോപലക്ഷം മൂലകോശങ്ങൾ (Lateral root) മണ്ണിൽനിന്നും ജലാംശവും പോഷകങ്ങളും വലിച്ചെടുത്ത് മരത്തിന്റെ എല്ലാ ഭാഗങ്ങളിലേക്കും എത്തിച്ചുകൊടുക്കുന്ന ധർമ്മം നിറവേറ്റുന്നു. ഉഷ്ണകാലത്ത് ഇലകൊഴിക്കുന്ന ഇനം സസ്യമാണ് റബ്ബർമരം. ശീതകാലത്തിൽ മണ്ണിൽ ജലലഭ്യത കുറ

ഹീവിയ ബ്രസീലിയൻസിസ്

യുമ്പോൾ മരം അതിന്റെ നിലനില്പിനായി പഴയ ഇലകൾ പൊഴിച്ചുക ളയുകയും രണ്ട് ആഴ്ചകൾക്കകം ഇളം മുകുളങ്ങൾ പൊട്ടി വളർന്ന് ഇലകൾ നിറയുകയും ചെയ്യുന്നു. സസ്യത്തിന്റെ വളർച്ചയ്ക്ക് ആവശ്യ മായ ആഹാരം പാകം ചെയ്യൽ സൂര്യപ്രകാശത്തിൽ ഇലകളിൽക്കൂടി നടക്കുന്നു. ഇതിനെ പ്രകാശസംശ്ലേഷണം (Photosynthesis) എന്നു പറ യുന്നു.

പുതിയ തളിരുകൾ മുളയ്ക്കുന്നതിനോടൊപ്പം പൂക്കൾ വളർന്ന് വിരി യുകയും ഷഢ്പദങ്ങളാലും കാറ്റിൽക്കൂടിയും പരാഗണം നടന്നു കായ്കൾ രൂപം പ്രാപിക്കുകയും ചെയ്യുന്നു. ഫെബ്രുവരി-മാർച്ച് മാസ ങ്ങളിൽ രൂപപ്പെടുന്ന കായ്കൾ ജൂൺ-ജൂലൈ മാസത്തോടെ പൂർണ്ണ വളർച്ച എത്തുന്നു. കട്ടിയുള്ള പുറംതോടിൽ മൂന്ന് ഭാഗങ്ങളായി തിരിഞ്ഞ ഓരോ തോടിനുള്ളിലും ഓരോ റബ്ബർക്കുരു വളർന്നു പാകപ്പെടുമ്പോൾ അനുകൂല കാലാവസ്ഥയിൽ, അതായത് ജൂലൈ-ആഗസ്ത് മാസങ്ങ ളിൽ കുറച്ച് ദിവസം മഴ മാറി നില്ക്കുകയും കായ്കൾ ഉണങ്ങി ചൂട് ഏല്ക്കുമ്പോൾ ഓരോ കായിൽ നിന്നും മൂന്ന് കുരു വീതം പൊട്ടി പുറ ത്തുവരുന്നു. ഈ കുരു ശേഖരിച്ചാണ് അടുത്ത ജനറേഷനു വേണ്ടി ഉപ യോഗിക്കുന്നത്.

റബ്ബർത്തടി ചാരംകലർന്ന വെള്ള നിറത്തിൽ ഉള്ളതാണ്. 10-15 സെ മീ. നീളമുള്ള ഓരോ തണ്ടിലും 3 ഇലകൾ വീതം വളർന്നിരിക്കും. ഇല യുടെ നിറം പച്ചയോ കടുംപച്ചയോ ആയിരിക്കും. 4-5 വർഷം പ്രായ മുള്ള ചെറുതൈകളിൽ ഇല കൊഴിച്ചിൽ അത്ര സാധാരണമല്ല. പിര മിഡ് ആകൃതിയിലുള്ള പൂങ്കുലകളിൽ ആൺപൂക്കൾ കൂട്ടമായി കാണ

പ്പെടുന്നു. താരതമ്യേന ആൺപൂക്കൾ ആയിരിക്കും കൂടുതൽ. പെൺപൂക്കൾ അല്പം വലിയ സൈസും പൂഞെട്ട് അല്പം തടിച്ചും കാണപ്പെടുന്നു. പൂക്കൾ മഞ്ഞയും ഇളചുവപ്പും കലർന്ന നിറത്തിൽ ഭംഗിയുള്ളവയായിരിക്കും. ആൺപൂവുകളിൽ ധാരാളമായി പൂമ്പൊടി (Pollen) കാണപ്പെടുന്നു. ഇല തണ്ടിൽ നിന്നും ഇലകൾ വേർപിരിയുന്ന ഭാഗത്ത് (Nectar) തേനിന്റെ ചെറിയ അംശം കാണപ്പെടുന്നു. പരാഗണ സമയം തേനിച്ച ഇലത്തണ്ടിൽനിന്നും തേൻഭക്ഷിക്കുകയും പൂക്കളിൽനിന്നും പൂമ്പൊടി ശേഖരിച്ച് തേനീച്ചക്കൂടിന്റെ അറകളിൽ സൂക്ഷിക്കുകയും ചെയ്യുന്നു. വിവിധ ക്ലോണുകളുടെ അടിസ്ഥാനത്തിൽ റബ്ബർ കുരുവിന് 4-6 ഗ്രാം ഭാരം ഉണ്ടായിരിക്കും. ഓരോ മൂപ്പെത്തിയ കുരുവിന്റേയും ഭാരത്തിന്റെ 30% പുറംതോടും പരിപ്പിന്റെ (Cennal) 45% എണ്ണയുമായിരിക്കും.

റബ്ബർ വളർത്തുന്ന രീതി

റബ്ബർ മരങ്ങൾ രണ്ട് തരത്തിൽ വളർത്തുന്ന രീതി നിലവിലുണ്ട്. പുരാതന രീതിയിൽ വളർത്തി വന്ന വിത്തുമരവും, സസ്യപ്രജനനത്തിലൂടെ വളർത്തുന്ന ബഡ് മരവും.

1. വിത്തു മരം വളർത്തുന്ന രീതി

കുരു പാകി മുളപ്പിച്ച് റബ്ബർക്കുഴികളിൽ നേരിട്ട് വളർത്തുന്ന രീതിയാണ് വിത്തുമരം രീതി. ഈ രീതിയിൽ വളർത്തുന്നതുകൊണ്ടുള്ള ഗുണവും ദോഷവും.

ഗുണങ്ങൾ/ദോഷങ്ങൾ

അധികമായ ജോലികളില്ലാതെ റബ്ബർ നട്ട് സമയാസമയങ്ങളിൽ വളം ഇട്ട് ആവശ്യമെങ്കിൽ മരുന്ന് തളിച്ച് 5 വർഷം വളർച്ച എത്തുമ്പോൾ ടാപ്പിങ് ആരംഭിക്കാവുന്നതാണ്. ഇത്തരം മരങ്ങളിൽ ലഭിക്കുന്ന റബ്ബർപ്പാലിന്റെ അളവ് ഏറിയും കുറഞ്ഞും ഇരിക്കും. നല്ല പാൽ ലഭിക്കുന്ന മാതൃവൃക്ഷത്തിൽനിന്നും ശേഖരിച്ച കുരു വളർത്തിയെടുക്കുന്നതാണെങ്കിൽ പോലും, മാതൃവൃക്ഷത്തിൽനിന്നും ലഭിച്ചിരുന്ന അളവിൽ റബ്ബർപാൽ ലഭിക്കണമെന്നില്ല. കാരണം, പരാഗണം നടന്ന സമയം ഫലസിദ്ധി കുറവുള്ള മരങ്ങളിൽനിന്നും ശേഖരിച്ച പൂമ്പൊടിയായിരിക്കും ഷഡ്പദങ്ങളിലൂടെയോ കാറ്റിലൂടെയോ ഇത്തരം കുരു വളർന്നു വരാൻ സഹായിച്ചത്. എന്നാൽ ബഡ്മരത്തെ അപേക്ഷിച്ച് വിത്തുമരരീതിയിൽ രണ്ട് വർഷംമുമ്പേ ടാപ്പിങ് തുടങ്ങാൻ സാധിക്കുന്നു എന്നത് ഇതിന്റെ മേന്മയാണ്. ഇത്തരം മരങ്ങളുടെ തടിയുടെ വളർച്ച ചുവട്ടിൽ വണ്ണം കൂടി, മുകളിലേക്ക് വണ്ണം കുറഞ്ഞ് കാണുന്നു. സാധാരണയായി ടാപ്പിങ് തുട

ങ്ങുന്നതിന് ആവശ്യമായ മരത്തിന്റെ ചുറ്റളവ് (girth) 20-22 ഇഞ്ച് വരെയാണ്. ഇതിന് അഞ്ചുവർഷം മതിയാകും. എന്നാൽ ബഡ്മരത്തിൽ ഈയളവിൽ ചുറ്റളവ് ലഭിക്കുന്നതിന് 6-7 വർഷം സമയമെടുക്കും. മരം പുനർനടീൽ ഘട്ടം എത്തുമ്പോൾ ഒരു ബഡ്മരത്തിൽനിന്ന് ലഭിക്കുന്നതിന്റെ ഇരട്ടി തടി വിത്തുമരത്തിൽനിന്ന് ലഭിക്കും. 20-ാം നൂറ്റാണ്ടിന്റെ ആദ്യ പാദ അവസാന വർഷങ്ങളിൽ മലേഷ്യ, ഇന്തോനേഷ്യ തുടങ്ങിയ രാജ്യങ്ങളിൽനിന്നും അത്യുല്പാദന ശേഷിയുള്ള വിത്തുമരങ്ങളിൽനിന്നും ശേഖരിക്കപ്പെടുന്ന റബ്ബർ കുരു ഇന്ത്യയിൽ ഇറക്കുമതി ചെയ്ത് വിത്തു മരങ്ങളായി തന്നെ വളർത്തി നല്ല ഉല്പാദനം കൈവരിച്ചിട്ടുണ്ട്. എന്നാൽ ഇങ്ങനെ ഇറക്കുമതി ചെയ്യുന്ന gg-1, gg വിത്തു മരങ്ങൾ കുരു ശേഖരത്തിനായി പ്രത്യേക തുണ്ടുഭൂമികളായി തരംതിരിച്ച് വളർത്തി പരപരാഗണം നടക്കാതിരിക്കുന്നതിലേക്കായി ഷഡ്പദങ്ങളിൽനിന്നും കാറ്റിൽനിന്നും പ്രത്യേകം വല കെട്ടിത്തിരിച്ച് സൂക്ഷിച്ചിരുന്നു. അങ്ങനെ ലഭിച്ച റബ്ബർക്കുരു മാതൃവൃക്ഷത്തിന്റെ എല്ലാ ഗുണമേന്മയും ഉൾക്കൊള്ളുന്നതും ഉല്പാദനക്ഷമത നിലനിർത്തുന്നതുമായിരുന്നു. അങ്ങനെ വളർത്തിയെടുത്തിട്ടുള്ള വിത്തു മരങ്ങളിൽനിന്നും മെച്ചപ്പെട്ട ഉല്പാദനം ലഭിക്കുകയും ചെയ്തിരുന്നു. പി ബി - 86 എന്ന ഇനം മരം ഇന്തോനേഷ്യയിൽ വളർത്തിയെടുത്തിരുന്നവയിൽനിന്നും അത്യുല്പാദനം ലഭിച്ചിരുന്നു. Prank Bazar ലെ തോട്ടത്തിൽ വളർത്തിയ മരങ്ങളിൽ 86-ാം നമ്പർ മരം ഏറ്റവും കൂടുതൽ റബ്ബർ ഉല്പാദിപ്പിക്കപ്പെട്ട മരം എന്ന നിലയിൽ ബോദ്ധ്യപ്പെടുകയാൽ Prank Bazar ന്റെ ഷോർട്ട് ഫോം ആയ പി ബി കൂടെ 86 എന്ന അക്കം ചേർത്ത് അതിനെ ഒരു പ്രത്യേക തരം ക്ലോൺ ആയി രേഖപ്പെടുത്തി. പ്രസ്തുത മരത്തിന്റെ പൂക്കൾ വിരിയുന്ന സമയം വലകെട്ടി പ്രത്യേകം തിരിച്ച് അതിൽനിന്നും ലഭിച്ച റബ്ബർക്കുരുവിനെ കൂടുതൽ തോട്ടങ്ങളിൽ പ്ലാന്റ് ചെയ്ത് മരങ്ങളുടെ എണ്ണം വർദ്ധിപ്പിക്കുകയും ചെയ്തിട്ടുണ്ട്.

ബഡ് മരം വളർത്തുന്ന രീതി

1916 ൽ സസ്യപ്രജനനരീതി (Bud Grafting) നടപ്പിലാക്കാൻ ശ്രമിച്ചത് വാൻ ഹെൽട്ടൻ എന്ന ബ്രിട്ടീഷ് കാർഷിക വിദഗ്ദ്ധനാണ്. ആ കാലയളവിൽ തന്നെ മിസ്റ്റർ ടാസ്സും ഇതിനുള്ള ശ്രമമാരംഭിച്ചിരുന്നു. പിന്നീട് 1918 ൽ, ഇന്ത്യോനേഷ്യയിൽ വ്യാവസായിക അടിസ്ഥാനത്തിൽ ഈ രീതി പരീക്ഷിക്കുകയും കുറേയെല്ലാം വിജയം വരിക്കുകയും ചെയ്തു. ഇതിന് സ്വീകരിച്ച മാർഗ്ഗം വിവിധ തോട്ടങ്ങളിൽനിന്നും ഭേദപ്പെട്ട ഉല്പാദനം ലഭിക്കുന്ന മരങ്ങളിൽനിന്നുള്ള വിത്തുകൾ ശേഖരിച്ച് അവ നഴ്സറികളിൽ വളർത്തി രണ്ട് മൂന്ന് വർഷങ്ങൾക്ക് ശേഷം പഞ്ചർ ടാപ്പിങ് (ചെറിയ ദ്വാരമുണ്ടാക്കി) നടത്തി ഉല്പാദനക്ഷമത ബോദ്ധ്യപ്പെടുന്നു. അതിൽ താരതമ്യേന കൂടുതൽ ഉല്പാദനം ലഭിക്കുന്ന തൈകൾ വളർത്തി അത് പുഷ്പിക്കുന്ന സമയം പരപരാഗണം സംഭവിക്കാതെ

വല കെട്ടി സംരക്ഷിച്ച് ആ രീതിയിൽ പാകമായി കിട്ടുന്ന റബ്ബർക്കുരു നട്ടുവളർത്തി ഒരു വർഷം പ്രായമാകുമ്പോൾ, അതിൽ നിന്ന് ബഡ് മുകുളങ്ങൾ ശേഖരിച്ച് സാധാരണ വിത്തു മരങ്ങളിലേക്ക് മാറ്റി സ്ഥാപിക്കുന്നു. അങ്ങനെ ചെയ്യുന്ന തൈകൾ വളർന്ന് ടാപ്പിങ്ങിന് ആവശ്യമായ ചുറ്റളവിലെത്തുമ്പോൾ ടാപ്പ് ചെയ്യുന്നു. ഇങ്ങനെ ബഡ് ചെയ്യുന്നതിനായി മുകുളങ്ങൾ ശേഖരിക്കുന്ന തൈകൾ ബഡ് മരം (Bud Wood) എന്നറിയപ്പെടുന്നു.

ഇത്തരം പരീക്ഷണങ്ങൾ വിവിധ രാജ്യങ്ങളിൽ, ഉദാ: ജാവാ, സുമാത്ര, മലേഷ്യ, ബ്രസീൽ, ശ്രീലങ്ക, ഇന്തോ ചൈന എന്നിവിടങ്ങളിൽ തുടർന്നു വന്നു. അങ്ങനെ ലോകമെമ്പാടും അധിക ഉല്പാദനം ലഭിക്കാവുന്നത് ബഡ് മരങ്ങളിൽ നിന്നാണ് എന്ന് ബോദ്ധ്യമായപ്പോൾ വിത്ത് മരത്തെ ആശ്രിയിച്ചുള്ള രീതിയിൽനിന്നും, റബ്ബർ കൃഷി ചെയ്യുന്ന രാജ്യങ്ങൾ ഈ പുതിയ രീതിയിലേക്ക് മാറി. ഇപ്പോൾ അപൂർവ്വം രാജ്യങ്ങളിൽമാത്രമാണ് വിത്ത് മരകൃഷി രീതി നിലനില്ക്കുന്നത്. ഈ കൃഷി രീതിയുടെ വിശദമായ പ്രവർത്തനരീതിയും ഗുണങ്ങളും താഴെ വിവരിക്കുന്നു.

കൃത്രിമ പരാഗണ രീതി (Method of Hand pollination)

റബ്ബറിന്റെ പൂങ്കുലകളിൽ കൈകൊണ്ട് പരാഗണം നടത്തുന്നതിനെയാണ് കൃത്രിമ പരാഗണരീതി എന്നു പറയുന്നത്. അത്യുല്പാദന ശേഷിയുള്ള റബ്ബർ മരങ്ങളുടെ പൂങ്കുലകൾ മുറിച്ചെടുത്ത് മറ്റൊരു മരത്തിന്റെ ശിഖിരങ്ങളിൽ വയ്ക്കുന്നു. മുറിച്ചെടുത്ത പൂങ്കുലയിൽ പൂമ്പൊടി വിതറി ആ പൂങ്കുലയെ ഷഡ്പദങ്ങൾ ഉള്ളിൽ കടക്കാത്ത രീതിയിൽ വലകെട്ടി മൂടിയിടുന്നു. ഈ വിധത്തിൽ ആവശ്യാനുസരണം പൂങ്കുലകളിൽ നേരിട്ട് പൂമ്പൊടി വിതറി പരാഗണം നടത്താവുന്നതാണ്. ഇത്തരത്തിൽ പരാഗണം നടത്തി കിട്ടുന്ന കായ്കൾ മൂത്ത് പാകമായി മൂടിയിട്ട വലകൾക്കുള്ളിൽ പൊട്ടി വിഴുമ്പോൾ അത് നടാനായി ഉപയോഗിക്കാം. ഇത്തരത്തിലാണ് അത്യുല്പാദനശേഷിയുള്ള തൈകൾ ഉല്പാദിപ്പിച്ചെടുക്കുന്നത്. ഇങ്ങനെ വളർന്നു വരുന്ന തൈകളിൽ നിന്നും ബഡ് മുകുളങ്ങൾ ഇളക്കി എടുത്ത് മാതൃതൈകളിൽ വച്ച് പിടിപ്പിച്ച് സസ്യ പ്രജനനരീതി നടത്തുന്നു. ഇപ്രകാരം വളർന്നുവരുന്ന തൈകൾ അത്യുല്പാദന ശേഷിയുള്ള മരങ്ങളായി വളർത്തിയെടുക്കാം. അത്യുല്പാദന ശേഷിയുള്ള റബ്ബർ തൈ വികസന പരിചരണങ്ങൾക്കായി റബ്ബർ ബോർഡ് ധാരാളം പരീക്ഷണ നിരീക്ഷണങ്ങൾ നടത്തുകയും കർഷകരിലേക്ക് അത് പകർന്നു നല്കാൻ ശ്രമിക്കുന്നുമുണ്ട്. റബ്ബർ കൃഷിയുടെ ആരംഭഘട്ടമായ 1910 കാലയളവിൽ നിന്ന് ഒരു ശതാബ്ദം കഴിഞ്ഞപ്പോൾ വലിയ മാറ്റങ്ങൾ ഉല്പാദന ക്ഷമതയിൽ ഉണ്ടായിട്ടുണ്ട്. ഇതിനായി വിവിധ രാജ്യങ്ങൾ പ്രത്യേക ഗവേഷണ കേന്ദ്രങ്ങൾ തന്നെ സ്ഥാപിച്ചു നടത്തിപ്പോരുന്നു. ഇവയിൽ ആർ ആർ ഐ ഐ (റബ്ബർ റിസർച്ച് ഇൻസ്റ്റിറ്റ്യൂട്ട് ഓഫ്

ഹാന്റ് പോളിനേഷൻ

ഇന്ത്യ) എന്ന് സ്ഥാപനമാണ് ഇന്ത്യയിൽ ഉള്ളത്.

വർദ്ധിച്ച ഉല്പാദന ക്ഷമത കൈവരിക്കാനായി വിവിധ ഘട്ടങ്ങളിലായി നടന്ന ഗവേഷണത്തിന്റെ ഫലമായി 20-ാം നൂറ്റാണ്ടിന്റെ ആദ്യകാലങ്ങളിൽ ഹെക്ടർ ഒന്നിന് ഉണ്ടായിരുന്ന പ്രതിവാർഷിക ഉല്പാദനം 200-300 കി.ഗ്രം മാത്രമായിരുന്നത് 21-ാം നൂറ്റാണ്ടിന്റെ ആദ്യവർഷങ്ങ

ളിൽ 1400-1500 കി. ഗ്രാം വരെ ഉയർത്താൻ സാധിച്ചു. അതിനു പിന്നിലുള്ള കഠിനാദ്ധ്വാനത്തെപ്പറ്റി നാം ചിന്തിക്കേണ്ടതാണ്. ചില കോർപ്പറേറ്റ് സ്ഥാപനങ്ങളിൽ ഇപ്പോൾ പ്രതിവർഷ ഉല്പാദനം ഹെക്ടർ ഒന്നിന് 1700 കി. ഗ്രാം വരെയുണ്ട്. എന്നാൽ കാലാവസ്ഥ, മണ്ണിന്റെ വളക്കൂറ്, ഭൂമിയുടെ ചരിവ് എല്ലാം അനുകൂലമാകുന്ന സാഹചര്യത്തിൽ നല്ല രീതിയിൽ റബ്ബർ തൈകളെ പരിപാലിച്ചാൽ 6-7 വർഷംകൊണ്ട് ടാപ്പിങ് തുടങ്ങാവുന്നതും അതിനുശേഷം നടത്തുന്ന ടാപ്പിങ്ങിൽനിന്നും (അതായത് റബ്ബർ മരത്തിന്റെ ഒരു വശം പട്ട വെട്ടിത്താഴുന്നതിന് ശേഷം മറുവശം ടാപ്പിങ് തുടങ്ങുമ്പോൾ) 2500 കി ഗ്രാം വരെ വാർഷിക ഉല്പാദനം സാദ്ധ്യമാക്കാവുന്നതുമാണ്. വിത്ത് മുളച്ച് ഉണ്ടായ തൈ മാതൃ തൈ ആയും ബഡ്ഡിങ്ങിന് ഉപയോഗിച്ച തൈ പിതൃതൈ ആയും കണാക്കാവുന്നതാണ്. വിത്ത് മുളച്ചുണ്ടാകുന്ന രീതിക്ക് ലൈംഗിക പ്രജനനം എന്നും ബഡ് ചെയ്ത് മുളപ്പിച്ചെടുക്കുന്നതിന് ലൈംഗികേതര പ്രജനനം എന്നും പറയുന്നു.

റബ്ബർ തൈകളുടെ ക്ലോണുകളെ മൂന്നുതരത്തിൽ നിർവ്വചിക്കാം.

1. പ്രൈമറി ക്ലോൺ (Primary Clone)
2. സെക്കന്ററി ക്ലോൺ (Secondary Clone)
3. ടെർഷ്യറി ക്ലോൺ (Teritiary Clone)

പ്രത്യേകമായി ഗുണനിലവാരം തെളിയിക്കപ്പെടാത്ത മാതൃ-പിതൃ (പാരന്റിങ്) തൈകളിൽനിന്നും വികസിപ്പിച്ചെടുത്ത ഇനങ്ങളെയാണ് പ്രൈമറി ക്ലോൺ എന്നു പറയുന്നത്.

eg: TJIR-1, gL-1, gT-1, PR-107, PB-86, PB 28/52 etc.. ഇവയിൽ ഏതെങ്കിലും മരങ്ങളിൽ പരപരാഗണം വഴി വികസിപ്പിച്ചെടുത്ത തൈകളെ സെക്കന്ററി ക്ലോൺ എന്നു പറയുന്നു

ഉദാ. RRIM- 600 (TJIR-1 x PB 86)
PB 5/51 (PB-86 x PB-24)
RRII - 105 (TJIR -1 x gL - 1)
RRII - 218 (MIL 3/2 x AVROS - 255)

ഏറ്റവും പുതുതായി മലേഷ്യ ഇൻസ്റ്റിറ്റ്യൂട്ട് വികസിപ്പിച്ചെടുത്ത RRIM 703, 707, 712, PB-260 ഇവയെല്ലാം ടെറിഷെറി ക്ലോണിൽ അറിയപ്പെടുന്നു. ഇതിലെല്ലാം ആകെയുള്ള ആശയം ഏറ്റവും അധികം റബ്ബർ കറ ഉല്പാദിപ്പിക്കാൻ കഴിവുള്ള ഇനം റബ്ബർ തൈകളെ കാർഷിക മേഖലയ്ക്ക് സംഭാവന ചെയ്യുക എന്നുള്ളതാണ്. സെക്കന്ററി ക്ലോണും, ടെറിഷെറി ക്ലോണും അത്യുല്പാദന ശേഷിയുള്ളവയാണ്. ഇവയൊക്കെയും തന്നെ അനുയോജ്യമായ കാലാവസ്ഥ, മണ്ണിന്റെ ഘടന, കടൽജലനിര

പ്പിൽ നിന്നുള്ള ഉയരം, കൃഷി ചെയ്യുന്ന സ്ഥലത്തിന്റെ പ്രകൃതി ഇവയൊക്കെ അടിസ്ഥാനപ്പെടുത്തി കൃഷി ചെയ്യേണ്ടതാണ്. ഇതിനെക്കുറിച്ചുള്ള കൂടുതൽ വിവരണങ്ങൾ വരും അദ്ധ്യായങ്ങളിൽ പറയുന്നതാണ്.

ഇങ്ങനെ വികസിപ്പിച്ചെടുത്തിട്ടുള്ള തൈകൾ രാജ്യങ്ങൾ തമ്മിൽ കൈമാറ്റം ചെയ്യുന്നതിന് അന്തർദ്ദേശീയ തലത്തിൽ രജിസ്റ്റർ ചെയ്യുന്നതിനുള്ള അതോറിറ്റി (1968) രൂപീകരിച്ചിട്ടുണ്ട്. ഇതിന്റെ ആസ്ഥാനം മലേഷ്യയിലെ ക്വാലാലംബൂർ ആണ്. ഇന്ത്യാ ഗവൺമെന്റ് താഴെപ്പറയുന്ന ഇനം തൈകളെ ഈ അതോറിറ്റിയിൽ രജിസ്റ്റർ ചെയ്തിട്ടുണ്ട്.

RRII - 105, 118, 203, 208, 414, 430 മുതലായവ

സസ്യപ്രജനനരീതിയിലൂടെ വികസിപ്പിച്ചെടുത്ത ഇന്ത്യൻ റബ്ബർ ഇനങ്ങൾ

1. RRII-105

ഇത് TJIR - 1 x gL-1 ക്ലോണുകൾ കൂട്ടി വികസിപ്പിച്ച ഇനമാണ്. ഇതിന്റെ ഉല്പാദന ക്ഷമതയെപ്പറ്റി പരീക്ഷണം നടത്തിയതിൽ ടാപ്പിങ് തുടങ്ങി ആദ്യ പതിനഞ്ചാം വർഷം ഉള്ള കണക്ക് ശരാശരി ഒരു ടാപ്പിങ്ങിൽ ഒരു മരത്തിൽ നിന്നു ശേഖരിച്ചത് 77 ഗ്രാം ഡി ആർ സി (ഉന്നത റബ്ബർ തൂക്കം) ആണ്. ആദ്യവർഷം മരം ഒന്നിന് ഒരു ടാപ്പിങ്ങിൽനിന്നും 35.40 ഗ്രാം ഡി ആർ സി ആണ് ലഭിക്കുന്നത്. ക്രമേണ വർഷംതോറും ഉല്പാദനത്തിൽ വർദ്ധനവുണ്ടാകുന്നു. മരത്തിന്റെ വളർച്ചയും ചുറ്റളവിലുണ്ടാകുന്ന വർദ്ധനയും കാരണം വെട്ടുചാലിന്റെ നീളം കൂടുന്നു. അതിനനുപാതമായി പട്ടയിൽ പാൽക്കുഴലുകളുടെ എണ്ണവും വർദ്ധിക്കുകയും ലഭിക്കുന്ന പാലിന്റെ അളവ് കൂടുകയും ചെയ്യുന്നു. ഒരു ഹെക്ടറിൽ 500 മരംവരെ വളർത്താൻ സാധിക്കും. മുകളിൽ പറഞ്ഞിരിക്കുന്ന 77 ഗ്രാം ഡി ആർ സി എല്ലാ മരങ്ങളിൽനിന്നും ലഭിക്കണമെന്നില്ല. ആവറേജ് 50 ഗ്രാം എന്ന അളവിൽ ലഭിച്ചാൽ പോലും ഒരു ഹെക്ടറിൽനിന്നും വാർഷിക വരുമാനം 2500 കി ഗ്രാം വരെ ലഭിക്കാവുന്നതാണ്. ഒരു വർഷം റെയിൻഗാർഡ് (Rainguard) ചെയ്തിട്ടുള്ള തോട്ടങ്ങളിൽ ഒരു മരത്തിൽ 100 ടാപ്പിങ് വരെയാണ് നടത്തുവാൻ കഴിയുക. അതായത് 2 ദിവസത്തെ ഇടവേള നല്കിയാണ് ടാപ്പിങ് നടത്തേണ്ടത്. കാരണം ഒരു ദിവസം വെട്ടിയെടുക്കുന്ന അത്രയും പാൽ അതേമരത്തിൽ ഉല്പാദിപ്പിക്കപ്പെടുന്നതിന് 72 മണിക്കൂർ ഇടവേള ആവശ്യമാണ്. ഇതിൽ കുറഞ്ഞ ഇടവേളയിൽ ടാപ്പിങ് നടത്തിയാൽ ഉല്പാദനത്തിലും ഡി ആർ സിയിലും കുറവുണ്ടാകുന്നതാണ്. ഇത് കാരണം പട്ടയിൽ പട്ടമരപ്പ് രോഗം (Brown Bast) ഉണ്ടാകുന്നതിനും സാദ്ധ്യത ഏറെയാണ്. ഇതിന് പ്രതിരോധ

മാർഗ്ഗം കണ്ടുപിടിച്ചിട്ടില്ല. ഈ രോഗം മരുന്നുകൊണ്ട് തടയാം എന്ന അവകാശവാദം തെറ്റായ പ്രചാരണമാണ്. ടാപ്പിങ്ങിനെ സംബന്ധിച്ചുള്ള മറ്റ് വിവരങ്ങൾ തുടർന്നുള്ള അദ്ധ്യായങ്ങളിൽ നല്കുന്നതാണ്.

2. RRII. 116 പേരന്റ് ട്രീസ് MIL 3/2 x HIL. 28 വാർഷിക ഉല്പാദനം 1800 കി. ഗ്രാം ഡി ആർ സി.

3. RRII. 203 പേരന്റ് ട്രീസ് PB 86 x MIL 3/2 വാർഷിക ഉല്പാദനം /ഹെക്ടർ 2990 കി. ഗ്രാം ഡി ആർ സി.

4 RRII. 208 പേരന്റ് ട്രീസ് MIL 3/2 x AVRos 28E വാർഷിക ഉല്പാദനം /ഹെക്ടർ 3000 കി. ഗ്രാം ഡി ആർ സി.

റബ്ബർ റിസർച്ച് ഇൻസ്റ്റിറ്റ്യൂട്ട് ഓഫ് മലേഷ്യ വികസിപ്പിച്ചെടുത്ത ചില ഇനങ്ങൾ താഴെ പറയുന്നു:

1. RRIM. 600. പേരന്റ്ട്രീസ്: TJIR I x PB 86. ഈ ഇനത്തിൽ വാർഷിക ഉല്പാദനം മലേഷ്യയിൽ രേഖപ്പെടുത്തിയിരിക്കുന്നത് 1819 കി ഗ്രാം/ഹെക്ടർ. എന്നാൽ ഇന്ത്യയിൽ ഈ ഇനത്തിന്റെ വാർഷിക ഉല്പാദനം 1600 കി ഗ്രാം/ഹെക്ടർ മാത്രമാണ്.

2. RRIM. 605, പേരന്റ് ട്രീസ്, TJIR -1 x PB 49 ഇവയുടെ വാർഷിക ഉല്പാദനം ഇന്ത്യയിൽ ആദ്യ 10 വർഷങ്ങളിലെ ശരാശരി 1127. കി ഗ്രാം മാത്രമാണ്.

3. RRIM. 623, പേരന്റ് ട്രീസ് PB, 49 x PIL 84 വാർഷിക ഉല്പാദനം ഇന്ത്യയിൽ രേഖപ്പെടുത്തിയിരിക്കുന്നത് 1575 കി ഗ്രാം ആണ്. ഇത് മൂന്നും പരിശോധിക്കുമ്പോൾ ഉല്പാദന ക്ഷമതയിൽ ഭേദപ്പെട്ടത് RRIM. 600 ആണ് എന്ന് മനസ്സിലാകുന്നു. ഇവയിൽ ഫൈറ്റോഫ് തോറ (അകാല ഇലകൊഴിച്ചിൽ) രോഗം കൂടുതലായി കാണുന്നു. ഇതുവരെ പറഞ്ഞതു കൂടാതെ നമ്മുടെ രാജ്യത്തും വിദേശത്തുമായി വികസിപ്പിച്ചെടുത്ത കുറേയേറെ ക്ലോണുകൾ നിലവിലുണ്ട്. അവയിൽ പ്രധാനപ്പെട്ടവ താഴെ പറയുന്നു.

RRIM. 300 Series

ഇവയുടെ വാർഷിക ഉല്പാദനം 2000 – 2500 കിഗ്രാം/ഹെക്ടർ ആയി കണ്ടിട്ടുണ്ട്.

21-ാം നൂറ്റാണ്ടിന്റെ ആദ്യ വർഷങ്ങളിൽ RRII പുറത്തിറക്കിയ 414 -430 ഇനങ്ങളും ഭേദപ്പെട്ട ഉല്പാദനക്ഷമതയുള്ളവയാണ്.

വിദേശ ക്ലോണുകൾ മലേഷ്യ പുറത്തിറക്കിയവയിൽ മുൻപ് വിവരിച്ചവ കൂടാതെ RRIM. 628, 701, 703, PB 86, 217, PB 5/51, 28/59, GL-1 എന്നിവയും ഇന്ത്യയിൽ വളർത്തിയിരുന്നു. നമ്മുടെ തനതായ ഇനങ്ങൾ വ്യാപകമായപ്പോൾ വിദേശക്ലോണുകളുടെ കൃഷി നല്ല രീതിയിൽ കുറയുകയുണ്ടായി.

ഇന്തോനേഷ്യ വികസിപ്പിച്ചെടുത്ത ക്ലോണുകളാണ് T J IR- 1 (ഒരു

പ്രൈമറി ക്ലോണാണ്) PR-107, ഇത് LCB- 510 എന്നാണ് ആദ്യം അറിയപ്പെട്ടിട്ടുള്ളത്. ഇതും ഒരു പ്രൈമറി ക്ലോൺ വികസിപ്പിച്ചതാണ്. ശരാശരി വാർഷിക ഉല്പാദനം 1553 കി ഗ്രാം/ഹെക്ടർ ആണ്.

GT. 1 ഇന്തോനേഷ്യയിലെ ഗൊണ്ടാംഗ് തപ്പാൻ എസ്റ്റേറ്റിൽ വികസിപ്പിച്ചെടുത്ത പ്രൈമറി ക്ലോണാണ്. വാർഷിക ഉല്പാദനം 1615 കി ഗ്രാം/ഹെക്ടർ ആണ്.

പ്രകൃതി അനുകൂല റബ്ബർ കാർഷിക മേഖലകൾ തെരഞ്ഞെടുക്കാൻ ശ്രദ്ധിക്കേണ്ട കാര്യങ്ങൾ

അനുയോജ്യമായ സ്ഥലം

വർഷത്തിൽ 6–7 മാസം മഴ ലഭിക്കുന്ന പ്രദേശമാണ് ഏറ്റവും അഭികാമ്യം. ഒരു വർഷം 200–300 സെന്റീ മീറ്റർ വരെ മഴ ലഭിക്കുന്നത് അനുകൂല ഘടകമാണ്. ചാറ്റൽ മഴയാണ് ഉല്പാദന ക്ഷമതയ്ക്ക് നല്ലത്. അതിവർഷം മണ്ണൊലിപ്പ്, ഉരുൾപൊട്ടൽ എന്നീ പ്രതിഭാസങ്ങൾ ഉണ്ടാക്കുകയും റബ്ബർ തോട്ടങ്ങളെ ദോഷകരമായി ബാധിക്കുന്നതുമാണ്. മണ്ണൊലിപ്പ് ഉണ്ടാകുമ്പോൾ, പ്രകൃത്യാ ഉള്ള വളക്കുറവും പോഷകക്കുറവും നികത്താനായി അധികമായി കൊടുക്കുന്ന രാസവളം വേണ്ട രീതിയിൽ മണ്ണിൽ ചേരാതെ ഒഴുകിപ്പോകുന്നതിനും കാരണമാകുന്നു. അതിവർഷം കൊണ്ടുണ്ടാകുന്ന മറ്റൊരു ദോഷവശം ടാപ്പിങ് ദിവസം കുറഞ്ഞു പോകുന്നു എന്നുള്ളതുമാണ്. ഉച്ചവരെ തെളിഞ്ഞ അന്തരീക്ഷവും ഉച്ച കഴിഞ്ഞ് മഴ ലഭിക്കുന്നതുമായ അവസ്ഥ റബ്ബർ കൃഷിക്ക് ഏറ്റവും നല്ലതാണ്. ഇന്ത്യയിൽ കന്യാകുമാരി ജില്ലയിലെ, മാർത്താണ്ഡം, കുലശേഖരം എന്നീ മേഖലകൾ ഈ വിധം മഴ ലഭിക്കുന്ന പ്രദേശമാണ്. ഇവിടെ താരതമ്യേന മെച്ചപ്പെട്ട ഉല്പാദനം ലഭിക്കുന്നതിന് ഇത് കാരണമാകുന്നുണ്ട്.

ഇന്ത്യയിൽ റബ്ബർ വളരുന്ന ഭൂരിഭാഗം സ്ഥലങ്ങളും പശ്ചിമഘട്ടമലനിരകളുടെ ചരിവുമായി അടുത്തു കിടക്കുന്ന പ്രദേശങ്ങളും വടക്കുകിഴക്കൻ സംസ്ഥാനങ്ങളിൽ ത്രിപുര, മണിപ്പൂർ, മിസോറാം, അസം, മേഘാലയ എന്നീ പ്രദേശങ്ങളുമാണ്. ഛത്തീസ്ഗഡ്, ജാർഖണ്ഡ്, ഉത്തരാഖണ്ഡ് മേഖലകളിൽ റബ്ബർ കൃഷിക്കനുയോജ്യമായ പ്രദേശങ്ങളുണ്ട്.

തെക്കു പടിഞ്ഞാറൻ കാലവർഷവും വടക്കുകിഴക്കൻ കാലവർഷവും ലഭിക്കുന്ന പ്രദേശങ്ങൾ കൃഷിക്ക് അനുയോജ്യമാണ്.

താപനില അഥവാ അന്തരീക്ഷ ഊഷ്മാവ് (Atmosphere Humidity)

റബ്ബർ കൃഷിയെ സ്വാധീനിക്കുന്ന മറ്റൊരു പ്രധാന ഘടകമാണിത്. സൂര്യപ്രകാശത്തിൽനിന്നും ലഭിക്കുന്ന ഊർജ്ജമാണ് ഭൂമിയിൽ ഊഷ്മാവിനെ നിയന്ത്രിക്കുന്നത്. മരങ്ങളിലുണ്ടാകുന്ന രാസപരിണാമങ്ങൾ, മണ്ണിനാവശ്യമായ പോഷക ക്രമീകരണം, പ്രകാശസംശ്ലേഷണം (ഫോട്ടോസിന്തസിസ്), ഇലകളിലും മരങ്ങളിലും പച്ചനിറമുള്ള ഭാഗങ്ങളിലും നടക്കുന്ന ആഗിരണ വികിരണ പ്രക്രിയ ഇവയെല്ലാം റബ്ബർ മരത്തിന്റെ വളർച്ചയേയും കരുത്തിനേയും സ്വാധീനിക്കുന്നു. ഉഷ്ണമേഖലാ പ്രദേശങ്ങളിൽ അന്തരീക്ഷ ഊഷ്മാവ് 21^0-35^0 സെൽഷ്യസിൽ ലഭിക്കുമ്പോൾ റബ്ബറിന്റെ വളർച്ചയ്ക്ക് അനുയോജ്യകാലാവസ്ഥ രൂപപ്പെടുന്നു. റബ്ബർ കൃഷിയിലേർപ്പെട്ടിരിക്കുന്ന മിക്ക പ്രദേശങ്ങളും മാക്സിമം 35^0 മിനിമം 20^0 സെൻഷ്യസിൽ ആയിരിക്കുന്നതാണ് നല്ലത്.

ആപേക്ഷിക ഈർപ്പം

മണ്ണിലുള്ള ജലാംശം, അന്തരീക്ഷത്തിലെ നീരാവി എന്നിവ സസ്യവളർച്ചയെ വളരെയേറെ സ്വാധീനിക്കുന്ന ഘടകങ്ങളാണ്. അന്തരീക്ഷ താപം ക്രമീകരിച്ച് നിർത്തുന്നത് ഈ ആപേക്ഷിക ഈർപ്പമാണ്. അന്തരീക്ഷത്തിലെ നനവിനെ മരം വലിച്ചെടുത്ത് പ്രകാശസംശ്ലേഷണം പ്രക്രിയയെ ത്വരിതപ്പെടുത്തുന്നതിനാൽ തൈകളുടെ വളർച്ച സുഗമമാകുന്നു. ഈർപ്പം അധികരിക്കുന്നതും വളരെ താഴുന്നതും റബ്ബറിനെ ദോഷകരമായി ബാധിക്കും. മിത ശീതോഷ്ണകാലാവസ്ഥയാണ് റബ്ബർ കൃഷിക്ക് അനുയോജ്യം.

ഭൂമിയുടെ ഉയരം

സമുദ്ര നിരപ്പിൽനിന്നും 450 മീറ്റർ ഉയരത്തിലുള്ള ഭൂപ്രദേശമാണെങ്കിൽ അത് റബ്ബർ മരത്തിന്റെ വളർച്ചയെയും ഉല്പാദനത്തെയും ദോഷകരമായി ബാധിക്കുന്നു. 500 മീറ്ററിൽ കൂടുതൽ ഉയർന്ന പ്രദേശം റബ്ബർ കൃഷിക്കായി തെരഞ്ഞെടുക്കാതിരിക്കുന്നതാണ് അഭികാമ്യം. ഉയരം കൂടുന്നതിനനുസരിച്ച് താപനില കുറയുകയും തണുപ്പ് കാരണം റബ്ബർ മരത്തിന്റെ ടിഷ്യൂകൾ നിർജ്ജീവമാകുകയും ചെയ്യുന്നു. ഉയരം കൂടുന്നതനുസരിച്ച് മരത്തിന്റെ ഇലയുടെ വലിപ്പം കുറയുകയും പ്രകാശസംശ്ലേഷണം മന്ദീഭവിക്കുകയും ചെയ്യുന്നതായി കണ്ടുവരുന്നു. സമുദ്രനിരപ്പിൽ നിന്നും 250 മീറ്റർ ഉയരത്തിൽ വളരുന്ന റബ്ബറിൽ നിന്ന് ലഭിക്കുന്ന ഉല്പാദനത്തിന്റെ 20-30 ശതമാനത്തിന്റെ കുറവ് 500 മീറ്റർ ഉയരത്തിൽ വളരുന്ന മരത്തിൽ അനുഭവപ്പെടുന്നു. പടിഞ്ഞാറൻ ജാവയിൽ നടത്തിയ പരീക്ഷണത്തിൽ ഹീവിയാമരം 500 മീറ്റർ ഉയരത്തിലും 250 മീറ്റർ ഉയരത്തിലും വളർത്തി പരീക്ഷിച്ചപ്പോൾ 250 മീറ്റർ ഉയരത്തിൽ വളർത്തിയ

മരങ്ങൾ 5 വർഷം കൊണ്ട് ടാപ്പിങ് ഘട്ടമെത്തിയപ്പോൾ 500 മീറ്റർ ഉയരത്തിൽ വളർത്തിയവ ടാപ്പിങ് ഘട്ടമെത്താൻ 7 വർഷം എടുക്കുന്നതായി കണ്ടു. ഓരോ 100 മീറ്റർ ഉയരം വർദ്ധിക്കുമ്പോഴും വളർച്ചയെത്താൻ 6 മാസം അധികം എടുക്കുന്നതായി കാണുന്നു. അതോടൊപ്പം ഉയരംകൂടുന്നതനുസരിച്ച് പൊടിക്കുമിൾ രോഗബാധയും (ഓയിഡിയം ഹെവിയെ) അധികരിക്കുന്നതായി കണ്ടിട്ടുണ്ട്. റബ്ബർ കൃഷിക്കായി സ്ഥലം തെരഞ്ഞെടുക്കുമ്പോൾ MSL 300-400 മീറ്റർ വരെ ഉയരമുള്ള പ്രദേശങ്ങൾ തെരഞ്ഞെടുക്കുന്നതാണ് ഉത്തമം.

ചരിവ്

മഴയുടെ ലഭ്യത കണക്കിലെടുക്കുമ്പോൾ വലിയ ചരിവുള്ള പ്രദേശവും മലഞ്ചരിവുകളിൽ നല്ല നിരന്ന പ്രദേശവും റബ്ബർ മരത്തിന്റെ വളർച്ചയ്ക്ക് അത്രകണ്ട് അനുയോജ്യമല്ല എന്നു കാണാം. ചരിവ് കൂടുതലുള്ള പ്രദേശങ്ങളിൽ മണ്ണിലേക്ക് വെള്ളം താഴുന്നത് കുറഞ്ഞ് ഒഴുകിപ്പോകുന്നതിനും മണ്ണൊലിപ്പിനും സാദ്ധ്യതയേറുന്നു.

താഴ്‌വാരങ്ങളിലെ നിരന്ന പ്രദേശം നല്ല മഴയിൽ വെള്ളം കെട്ടിനിന്ന് തൈകളുടെ വേരുകൾ ചീഞ്ഞുപോകുന്നതിനും കട പുഴകുന്നതിനും സാദ്ധ്യതയേറുന്നു.

ഈ കാരണങ്ങളാൽ വലിയ ചരിവില്ലാത്തതും തീരെ നിരപ്പായതുമല്ലാത്ത 5^0–15^0 ചരിവുള്ള പ്രദേശമാണ് റബ്ബർ കൃഷിക്ക് ഏറ്റവും അനുയോജ്യം എന്ന് പറയാം. എന്നാൽ ചരിവ് 45^0 വരെയുള്ള പ്രദേശങ്ങളുടെ അതിർത്തിയിൽ 5'-6' വീതിയിൽ മുൻവശം വെട്ടി 5^0 ചരിവ് വെട്ടിയ സൈഡിലേക്ക് ക്രമീകരിച്ച് വലിയ ഒഴുക്ക് തടഞ്ഞു നിർത്തി റബ്ബർ കൃഷി ചെയ്യാവുന്നതാണ്. ഇന്ത്യയിൽ ആകെയുള്ള റബ്ബർ കൃഷിയുടെ 90 ശതമാനം കേരളത്തിലാണ് എന്ന് മുൻ അദ്ധ്യായങ്ങളിൽ പറഞ്ഞിരുന്നല്ലോ. ഇതിൽ 70–75 ശതമാനവും ചരിവു കൂടിയ പ്രദേശങ്ങളിൽ മുകളിൽ വിവരിച്ചിരിക്കുന്ന പ്രകാരം കൃഷി ചെയ്തിട്ടുള്ളതാണ്. കൂടാതെ റബ്ബർ തൈകൾ നടുന്നതിനോടൊപ്പം ലഗ്യൂം കവർ ക്രോപ്പുകളും (മണ്ണിനെ മറയ്ക്കാൻ നട്ടുപിടിപ്പിക്കുന്ന ആവരണവിളകൾ ഉദാ: പ്യൂരേറ്റിയ മുക്കുണ) വച്ചു പിടിപ്പിച്ച് നിലം മറയ്ക്കുകയാണെങ്കിൽ വെള്ളമൊലിപ്പും കള വളരുന്നതും തടയുന്നതിന് സാധിക്കും. കവർ ക്രോപ് പയർവർഗ്ഗത്തിൽപ്പെട്ട വള്ളിപ്പടർപ്പാകയാൽ ഇവയുടെ വേരിൽ സൂക്ഷ്മാണുക്കൾ ധാരാളം നൈട്രജൻ ഉല്പാദിപ്പിക്കപ്പെടുകയും കൃഷിഭൂമിയെ ഫലഭൂയിഷ്ഠമാക്കിമാറ്റുകയും ചെയ്യുന്നു.

മണ്ണിന്റെ ആഴം

റബ്ബർ കൃഷിക്ക് തെരഞ്ഞെടുക്കുന്ന സ്ഥലത്തിന് 100 സെ മീ കുറയാതെ ഇളക്കമുള്ള മണ്ണ്, പാറയോ കടുപ്പമുള്ള പാളിയോ ഇല്ലാത്തതായിരിക്കണം. ചെറുതൈയുടെ വേരോട്ടത്തിന് ഇത് ആവശ്യമാണ്.

ഇങ്ങനെ നല്ല വായു നിബിഡമായ മണ്ണിൽ, നിലത്ത് തറഞ്ഞുപോകാത്തവിധം തൈ വേരുകൾ പടർന്ന് പോകാൻ പര്യാപ്തമായിരിക്കണം.

ഇങ്ങനെയുള്ള മണ്ണിൽ വളരുന്ന റബ്ബറിന് ഉല്പാദന ക്ഷമത കൂടിയിരിക്കും. അധികമായി വെള്ളം കെട്ടി നില്ക്കുന്ന മണ്ണിൽ വളരുന്ന തൈകൾ കടപുഴകി വീഴാൻ സാദ്ധ്യതയുണ്ട്.

മണ്ണിന്റെ പി എച്ച് മൂല്യം (Optimum PH of Soil)

റബ്ബർ പുഷ്ടിയായി വളരുന്നതിന് 4.0 to 6.5 PH ഉള്ള മണ്ണ് ഉത്തമമാണ്. PH 8 ൽ കവിഞ്ഞാൽ വളർച്ച മുരടിക്കാനാണ് സാദ്ധ്യത. മണ്ണിൽ വളക്കൂറ് കുറവായിരുന്നാലും നീർവാർച്ചയും ഇളക്കമുള്ള മണ്ണുമാണെങ്കിൽ റബ്ബർ നല്ലരീതിയിൽ വളരും. മണ്ണ് പരിശോധിച്ച് പോഷകക്കുറവ് വളപ്രയോഗത്തിലൂടെ നികത്തിയെടുക്കാം.

ഇന്ത്യയിൽ റബ്ബർ വളരുന്ന മണ്ണിനങ്ങൾ

വെട്ടുകൽമണ്ണ് (Laterite Soil)

ഉഷ്ണമേഖലാ പ്രദേശങ്ങളിൽ മഴയും ചൂടും മാറി മാറി വരുന്ന കാലാവസ്ഥ മുഖാന്തരം രൂപാന്തരപ്പെട്ടിട്ടുള്ള ചെങ്കൽ കലർന്ന മണ്ണാണ് ഇവ. ഇത്തരം മണ്ണിൽ ഇരുമ്പിന്റെയും അലുമിനിയത്തിന്റെയും അംശം നല്ല രീതിയിൽ അടങ്ങിയിരിക്കും. എന്നാൽ ഫോസ്ഫറസിന്റെ അംശം കുറവായിരിക്കും. ഇത് വളപ്രയോഗത്തിലൂടെ പരിഹരിക്കാവുന്നതാണ്.

ചെമ്മണ്ണ് (Red Soil)

ചുവപ്പ് നിറം കലർന്ന നല്ല ഡെൻസിറ്റിയുള്ള മണ്ണാണ് ഇത്. തിരുവനന്തപുരം ജില്ലയിലും കന്യാകുമാരി ജില്ലയുടെ ചില ഭാഗങ്ങളിലും ഇവ കാണപ്പെടുന്നു. ഇത് നല്ല നീർവാർച്ച ലഭിക്കുന്നതും വളക്കൂറുള്ളതുമാണ്. ഇരുമ്പിന്റെ അംശം ഈ മണ്ണിൽ കുറവായിക്കാണുന്നു. റബ്ബറിന്റെ ടാപ്പ് റൂട്ടും ലാറ്ററൽ റൂട്ടും ഈ മണ്ണിൽ ബലമായി ആഴ്ന്നിറങ്ങി പിടിച്ചു നില്ക്കുന്നു. ഇതും റബ്ബർ കൃഷിക്ക് അനുയോജ്യമാണ്.

എക്കൽ മണ്ണ് (Alluvial Soil)

ഇത് മലയടിവാരങ്ങളിലും പുഴയോടുചേർന്നും കാലങ്ങളായി അടിഞ്ഞുകൂടിയ മണ്ണാണ്. സ്വാഭാവികമായി രൂപപ്പെട്ട മണ്ണിനെ അപേക്ഷിച്ച് ഈ മണ്ണിൽ കല്ലിന്റെ അംശം കുറവായിരിക്കും. റബ്ബറിന്റെ വേരുകളെ ഉറപ്പിച്ചു നിർത്തുന്നതിന് ഈ മണ്ണ് അത്ര ബലമുള്ളതല്ല. എങ്കിലും നൈട്രജൻ, പൊട്ടാഷ് തുടങ്ങിയ പോഷകങ്ങൾ ഈ മണ്ണിൽ ധാരാളം അടങ്ങിയിരിക്കും. ജി ടി പോലുള്ള അധികം ഉയരത്തിൽ വളരാത്ത മരങ്ങളാണ് ഈ പ്രദേശങ്ങൾക്ക് അഭികാമ്യം

വനമണ്ണ് (Fores Soil)

മേൽമണ്ണ് കറുപ്പു കലർന്ന തവിട്ടു നിറവും മലകളിൽനിന്നും കാലങ്ങളായി ഒഴുകിയെത്തിയവയുമായിരിക്കും. എക്കൽമണ്ണ് രൂപപ്പെടുന്നതിന് മുൻപ് രൂപാന്തരം പ്രാപിച്ചവയും എന്നാൽ വെട്ടുകൽമണ്ണിന്റെ അത്രയും കാലപ്പഴക്കം ആയിട്ടില്ലാത്തവയുമായിരിക്കും. നൈട്രജന്റെ അളവ് കൂടുതലും ഫോസ്ഫറസിന്റെ അളവ് കുറവുമായിരിക്കും. ഈ പറഞ്ഞിരിക്കുന്ന എല്ലാ ഇനം മണ്ണിലും റബ്ബർ വളരുമെങ്കിലും ഏറ്റവും അനുയോജ്യം വെട്ടുകൽമണ്ണാണ്.

ഇന്ത്യയിൽ റബ്ബർ കൃഷി ചെയ്യുന്ന പ്രദേശങ്ങൾ

ഇന്ത്യയിൽ റബ്ബർ കൃഷി ചെയ്യുന്ന പ്രദേശങ്ങൾ

1. കന്യാകുമാരി
2. തിരുവനന്തപുരം, കൊല്ലം
3. പത്തനംതിട്ട, ആലപ്പുഴ, ഇടുക്കി, കോട്ടയം, എറണാകുളം, തൃശൂർ
4. പാലക്കാട്
5. മലപ്പുറം, കോഴിക്കോട്, കണ്ണൂർ, വയനാട്, കാസർഗോഡ്
6. കർണ്ണാടക
7. ആന്തമാൻ ആന്റ് നിക്കോബാർ
8. കൊങ്കൺ മഹാരാഷ്ട്ര, ഗോവ
9. നോർത്ത് ഈസ്റ്റ് ഫ്രോണ്ടിയർ

മുകളിൽ പറഞ്ഞിരിക്കുന്നതിൽ ആലപ്പുഴ ജില്ല കൂടുതൽ തീരപ്രദേശവും മണൽ നിറഞ്ഞതും കുട്ടനാട് വെള്ളം നിറഞ്ഞ പ്രദേശവുമാകയാൽ റബ്ബർ കൃഷി ഏറ്റവും കുറവുമാത്രമുള്ള പ്രദേശമാണ്. ഇടുക്കി, വയനാട് ജില്ലകൾ ഏറിയഭാഗവും സമുദ്രനിരപ്പിൽനിന്നും 500 മീറ്ററിന് മുകളിലാകയാൽ റബ്ബർ കൃഷി ചെയ്തിരിക്കുന്ന പ്രദേശങ്ങൾ താരതമ്യേന കുറവാണ്. വയനാട് ജില്ലയിൽ കൂടുതൽ സ്ഥലവും കുരുമുളക്, തേയില, കാപ്പി എന്നീ കൃഷികളാണ്. ഇടുക്കി, ഏലം, തേയില, കുരുമുളക്, കാപ്പി എന്നീ കൃഷികളാൽ സമൃദ്ധമാണ്.

പാലക്കാട് ജില്ല വരൾച്ചയും കാറ്റും കാരണം വരണ്ട കാലാവസ്ഥ അനുഭവപ്പെടുന്ന പ്രദേശമാകയാൽ റബ്ബർ ഉല്പാദനത്തിൽ പിന്നോക്കാവസ്ഥയിലാണ്. കന്യാകുമാരി ജില്ലയിൽ മാർത്താണ്ഡം, കുലശേഖരം, നാഗർകോവിൽ പ്രദേശങ്ങൾ ഇന്ത്യയിലെതന്നെ റബ്ബർ കൃഷിക്ക് ഏറ്റവും

അനുയോജ്യമായി കാണുന്നു. വർഷകാലങ്ങളിൽ പ്രഭാതം മുതൽ തെളിഞ്ഞ കാലാവസ്ഥയും ഉച്ചകഴിഞ്ഞ് സന്ധ്യവരെ ചാറ്റൽമഴയും, ലഭിക്കുന്നതിനാൽ മഴമറ ഇല്ലാതെ തന്നെ ടാപ്പിങ് നടത്തുവാൻ സാധിക്കുന്നു. കൂടാതെ ആപേക്ഷിക ആർദ്രത മിതമായ രീതിയിൽ നിലനില്ക്കുന്നതിനാലും ഫൈറ്റോഫ് തോറ രോഗം മൂലമുള്ള ഇലകൊഴിച്ചിൽ തുലോം കുറവാകയാലും മഴക്കാലത്തിനു മുമ്പായി വലിയ ചെലവിൽ നടത്തേണ്ട കുമിൾനാശിനി പ്രയോഗം ഒഴിവാക്കാൻ സാധിക്കും അതിനാൽ ഉല്പാദനച്ചെലവ് കുറയുന്നു. കേരളത്തിൽ കോട്ടയം, പത്തനംതിട്ട, കൊല്ലം ജില്ലകൾ നല്ലരീതിയിൽ ഉല്പാദനം ലഭിക്കുന്ന പ്രദേശങ്ങളാണ്: ഹാരിസൺ മലയാളം വക എസ്റ്റേറ്റുകൾ കൂടുതലായി ഈ ജില്ലകൾ കേന്ദ്രീകരിച്ചാണ് സ്ഥിതി ചെയ്യുന്നത്.

തിരുവനന്തപുരം, കണ്ണൂർ ജില്ലകളും ഉല്പാദനത്തിൽ ശരാശരി നിലവാരം പുലർത്തുന്നു. വയനാട് റബ്ബറിന് അനുയോജ്യമായ മണ്ണതാണെങ്കിലും എലിവേഷൻ കൂടിയ പ്രദേശമായതിനാൽ ശീതകാലകൃഷിയായ തേയില, കാപ്പി, കുരുമുളക് എന്നിവയാണ് അവിടുത്തെ പ്രധാന കൃഷി. കർണ്ണാടകയിലെ മംഗലാപുരം ജില്ലയുടെ ഭാഗമായ ബൽത്താങ്ങാടി സുള്ളിയ, പുത്തൂർ പ്രദേശങ്ങളിലും കാർക്കള, കുന്താപുരം തുടങ്ങിയ മേഖലകളിലും റബ്ബർകൃഷി വ്യാപകമായുണ്ട്. ഇവയൊക്കെയും പശ്ചിമഘട്ട മേഖലയോട് ചേർന്നുകിടക്കുന്ന സ്ഥലങ്ങളാകുന്നു. 1970-80 കാലയളവിൽ ത്രിപുര, അസം, മേഘാലയ, മിസ്സോറാം, മണിപ്പൂർ എന്നിവിടങ്ങളിൽ സർക്കാർ ഉടമസ്ഥതയിൽ റബ്ബർ കൃഷി തുടങ്ങുകയും കൂടുതൽ സ്ഥലങ്ങളിലേക്ക് വ്യാപിക്കുകയും ചെയ്തിട്ടുണ്ട്. ഈ സംസ്ഥാനങ്ങളിൽ കോട്ടയത്തിന് തുല്യമായ അളവിലാണ് ഏറക്കുറെ മഴ ലഭിക്കുന്നതെങ്കിലും വടക്കുകിഴക്കൻ കാലവർഷം കോട്ടയത്തെ അപേക്ഷിച്ച് കുറവാണ്. ആകയാൽ ഈ പ്രദേശങ്ങളിൽ വേനൽക്കാലം താരതമ്യേന കൂടുതലാണ്. ഇവയിൽ വേനൽ അല്പമെങ്കിലും ദൈർഘ്യം കുറഞ്ഞ സംസ്ഥാനങ്ങൾ ത്രിപുരയും അസമുമാണ്. കോട്ടയത്തിന് വ്യത്യസ്തമായി ഈ സംസ്ഥാനങ്ങളിൽ ശീതകാലം (ഇലപൊഴിയും കാലം) ദൈർഘ്യമേറിയതാകുന്നു. കോട്ടയത്തോടൊപ്പം തന്നെ ഈ സംസ്ഥാനങ്ങളിൽ കുറഞ്ഞ അന്തരീക്ഷ ഈർപ്പം (Relative humidity) രേഖപ്പെടുത്തുന്നത് ജനുവരി മാസത്തിലാണ്. ഈ വടക്കൻ സംസ്ഥാനങ്ങളിൽ അന്തരീക്ഷ ഊഷ്മാവ് 10^0C ആയിരിക്കുമ്പോൾ കോട്ടയത്ത് 20^0C രേഖപ്പെടുത്തുന്നുണ്ട്. കോട്ടയത്ത് അന്തരീക്ഷ ഊഷ്മാവ് 24^0C രേഖപ്പെടുത്തുന്നത് മേയ് മാസത്തിലും വടക്കൻ സംസ്ഥാനങ്ങളിൽ ഇതേ ഊഷ്മാവ് രേഖപ്പെടുത്തുന്നത് ജൂലൈ മാസത്തിലുമാണ്. ഏറ്റവും കൂടിയ അന്തരീക്ഷ ഊഷ്മാവ് വടക്കു കിഴക്കൻ സംസ്ഥാനങ്ങളിൽ കാണപ്പെടുന്നത് വ്യത്യസ്തമായ മാസങ്ങളിലാണ്. ഇത് ത്രിപുരയിൽ മാർച്ചിലും മേഘാലയ, മിസ്സോറാം, മണിപ്പൂർ എന്നിവിടങ്ങളിൽ ഏപ്രിലിലും ആസാ

മിൽ സെപ്തംബറിലുമാണ്. ത്രിപുരയിൽ പലപ്പോഴും ശക്തമായ കാറ്റിൽ മരങ്ങൾ കടപുഴകുന്ന അവസ്ഥയുണ്ട്. ഇതിനെ മറികടക്കാൻ തോട്ടത്തിന്റെ അതിരുകളിൽ വന മരങ്ങൾ, മുളയുൾപ്പെടെ വച്ച് പിടിപ്പിക്കുന്നുണ്ട്. ത്രിപുരയിൽ പൊതുവേ അകാല ഇലപൊഴിച്ചിലിന് കാരണമായ ഫൈറ്റോത്തോറ താരതമ്യേന കുറവാണ്. എന്നാൽ ആസാം, മേഘാലയ എന്നീ സംസ്ഥാനങ്ങളിൽ ഫൈറ്റോത്തോറ, ഡൈബാക്ക് (Die back) എന്നിവ കണ്ടുവരുന്നു. ആസാം, മേഘാലയ എന്നിവിടങ്ങളിൽ ജുമ്മിങ് കൃഷി (Jhumming Cultivation) എന്ന ഒരു രീതി ആദിവാസികൾ അനുവർത്തിച്ചു വരുന്നുണ്ട്. വാർഷിക വിളകൾ വനം വെട്ടിത്തെളിച്ച് കൃഷി ചെയ്യുകയും വിളവെടുപ്പിന് ശേഷം അത് ഉപേക്ഷിച്ച് പുതിയവനം ഇതേ രീതിയിൽ വെട്ടിത്തെളിച്ച് കൃഷി ചെയ്യുന്ന രീതിയാണ് ജുമ്മിങ് കൃഷി. ഇതിനാൽ ഈ സംസ്ഥാനങ്ങളിൽ വൻതോതിൽ മണ്ണൊലിപ്പ് ഉണ്ടാകുന്നതായി കാണുന്നു. ഈ മേഖലകൾ റബ്ബർ പ്ലാന്റേഷനാക്കി മാറ്റി ആദിവാസികളെ ഉപയോഗിച്ച് തോട്ടംജോലികൾ നടത്തിപ്പോകാവുന്നതാണ്.

പ്ലാന്റിങ്ങിനായി നഴ്സറി നിർമ്മാണം

ഒരു നല്ല പ്ലാന്റേഷൻ സ്ഥാപിച്ചെടുക്കുന്നതിന് പ്രാരംഭമായി ഒരു നഴ്സറി നിർമ്മിച്ച് ആവശ്യാനുസരണം അത്യുല്പാദന ശേഷിയുള്ള തൈകൾ ഉല്പാദിപ്പിക്കേണ്ടതാണ്.

പ്ലാന്റിങ് സീസൺ ആകുന്നതിന് മുൻപായി റബ്ബർ ബോർഡ് അംഗീകാരമുള്ളതും ഇല്ലാത്തതുമായ അനേകം സ്വകാര്യ സ്ഥാപനങ്ങൾ നഴ്സറികളിൽ തൈകൾ വളർത്തി വിപണനം ചെയ്യുന്നുമുണ്ട്. എന്നാൽ ഇവയിൽ പലതും ഗുണനിലവാരത്തിൽ മെച്ചപ്പെട്ടതാകണമെന്നില്ല. ചിലതൊക്കെ കൃത്യതയോടെ ഗുണനിലവാരം ഉറപ്പാക്കി ചെയ്തുവരുന്നുമുണ്ട്. ഈ മേഖലയിൽ ദീർഘകാല പരിചയവും വൈദഗ്ദ്ധ്യവും ലഭിച്ചവർക്ക് മാത്രമേ തൈകൾ കണ്ട് സ്വഭാവവും ക്ലോണും ബോദ്ധ്യപ്പെടുവാൻ സാധിക്കുകയുള്ളൂ. ഇക്കാരണങ്ങളാൽ നല്ല തൈകൾ സ്വന്തം നഴ്സറിയിൽ വളർത്തിയെടുക്കുന്നതാണ് നല്ലത്. ആയതിനുവേണ്ട നിർദ്ദേശങ്ങൾ താഴെ പറയുന്നു.

• നഴ്സറി സ്ഥാപിക്കാനുദ്ദേശിക്കുന്ന സ്ഥലം കണ്ടു ബോദ്ധ്യപ്പെടുക. 2 – 2 ½ അടി താഴ്ചയിൽ മണ്ണ് ലഭിക്കുന്ന, അധികമായി പാറയും കല്ലുകളും ഇല്ലാത്ത സ്ഥലമായിരിക്കണം. കന്നുകാലികളുടെയോ കാട്ടുമൃഗങ്ങളുടെയോ ശല്യം ഒഴിവാക്കാനായി പ്രസ്തുത സ്ഥലം വേലികെട്ടി സംരക്ഷിക്കുക. തൈവളർന്ന് പിഴുതെടുക്കുന്നതുവരെയും നനയ്ക്കൽ ആവശ്യമാകയാൽ ജലലഭ്യത ഉറപ്പുവരുത്തണം. സ്വാഭാവിക ഒഴുക്ക് ലഭിക്കുന്നതിന് സൗകര്യമുണ്ടെങ്കിൽ ജലസേചനത്തിന്റെ ചെലവ് കുറയ്ക്കാം.

• പ്രസ്തുത സ്ഥലം 2 – 2 ½ അടി താഴ്ച കിട്ടത്തക്ക വിധം കിളച്ചിളക്കുക. കല്ലുകളും മറ്റ് പാഴ്‌വസ്തുക്കൾ നീക്കം ചെയ്ത് 5 അടി വീതി

യിൽ ബെഡ് പിടിപ്പിക്കുക. ബെഡിന്റെ നീളം ആവശ്യാനുസരണം കൂട്ടുകയോ കുറയ്ക്കുകയോ ആകാം. വെള്ളത്തിന്റെ ഒഴുക്ക് തടയാനായി ബഡുകൾ കോണ്ടോർ രീതിയിൽ ചെയ്യുന്നതാണ് നല്ലത്. ബെഡുകൾക്കിടയിൽ ആൾസഞ്ചാരത്തിനായി 2 അടിയിൽ കുറയാതെ നടപ്പാത വേർതിരിച്ചിരിക്കണം.

നടാനായി ഉദ്ദേശിക്കുന്ന എണ്ണം തൈകളുടെ ഇരട്ടി തൈകൾ ബെഡുകളിൽ വളർത്തണം. പല കാരണങ്ങൾ കൊണ്ടും തൈകൾ നഷ്പ്പെടുവാനുള്ള സാദ്ധ്യത കണ്ടാണ് ഇങ്ങനെ ചെയ്യേണ്ടത്. ഒരു ഹെക്ടർ സ്ഥലത്തിന് 500 തൈകൾ ആവശ്യമായി വരും.

• റബ്ബർ കുരുവിന്റെ പ്രവർത്തനക്ഷമത, മുളയ്ക്കുന്നതിനുള്ള സമയപരിധി കുരു മരത്തിൽ നിന്നും പൊട്ടി വീണ് 2 ആഴ്ചവരെയാണ്. ഈ ദൈർഘ്യം കൂടുമ്പോൾ മുളയ്ക്കുന്ന കഴിവ് കുറഞ്ഞുവരും. റബ്ബർ കൃഷിയുടെ പ്രാരംഭകാലങ്ങളിൽ ഇതിനെപ്പറ്റിയുള്ള അറിവ് ഇല്ലാതിരുന്നതിനാൽ മുളപ്പിക്കാനിട്ട കുരുവിന്റെ വളരെ കുറഞ്ഞ ശതമാനം മാത്രം മുളച്ചിരുന്നുള്ളൂ. ഒരു കിലോ നല്ല വിളഞ്ഞ കുരുവിൽനിന്നും 150-200 എണ്ണം വരെ മുളച്ചു കിട്ടാവുന്നതാണ്.

ഒരു ലക്ഷം തൈ നഴ്സറിയിൽ നടുന്നതിന് ഏകദേശം 600 കിഗ്രാം റബ്ബർക്കുരു ആവശ്യമായി വരും. ഇതിൽനിന്നും 50000-60000 തൈകൾ നടാൻ പാകത്തിൽ കിട്ടാവുന്നതാണ്.

കുരു മുളച്ച് കിട്ടുന്നതിനായി മുളപ്പിക്കാനുള്ള ബഡ് പ്രത്യേകം കരുതേണ്ടതാണ്. 3-4 അടി വീതിയിൽ മണ്ണ് നിരത്തി ബെഡുണ്ടാക്കി മുകളിൽ 2" ഘനത്തിൽ മണൽ വിതറണം. ഇതിൽ റബ്ബർ കുരു ഒന്ന് ഒന്ന് തൊടുന്ന വിധത്തിലും എന്നാൽ ഒന്നിനു മുകളിൽ ഒന്നു വരാതെയും കുരവിന്റെ പരിപ്പ് അടിയിൽ വരത്തക്ക രീതിയിൽ കമഴ്ത്തി നിരത്തി ഒരു ചെറിയ പാളി മണൽ വിതറി ഇടണം. ചണചാക്ക് കീറി ബെഡിനു മുകളിൽ വിരിച്ച് രാവിലെയും വൈകിട്ടും വെള്ളം തളിച്ച് കൊടുക്കണം. ഉറുമ്പ് കയറി കുരു തുളക്കാതിരിക്കാനായി ബെഡിന് ചുറ്റും ഉറുമ്പു പൊടി വിതറിയിടേണ്ടതാണ്. എല്ലാ ദിവസവും 2-3 മണിക്കൂർ സമയം ചാക്ക് നീക്കി വായുസഞ്ചാരത്തിന് സൗകര്യം ഒരുക്കണം. 8-10 ദിവസം കൊണ്ട് 50 ശതമാനം കുരു മുളച്ചു കിട്ടും. അത് എടുത്തുമാറ്റിയതിനു ശേഷം ബാക്കി ഉള്ളവ ഒരു പ്രാവശ്യം കൂടി പഴയതുപോലെ നിരത്തി ഇടേണ്ടതാണ്. അടുത്ത ഒരാഴ്ച കൊണ്ട് നല്ല തൈകൾ എല്ലാം മുളച്ചിരിക്കും. കുരു ദൂരെനിന്നാണ് കൊണ്ടുവരുന്നതെങ്കിൽ ചാക്കിൽ ഈർപ്പം നിന്ന് കുരു കേടാകാതിരിക്കാൻ കരി പൊടിച്ച് കുരുവിൽ വിതറിയിരിക്കേണ്ടതാണ്.

• മുളച്ച കുരു ബെഡിൽ നടുന്നതിനായി മാറ്റുമ്പോൾ ചെറിയ പ്ലാസ്റ്റിക് ബക്കറ്റിൽ വെള്ളം ഒഴിച്ച് അതിൽ വേണം കുരു കൊണ്ടുപോകാൻ. വേര്, കൂമ്പ് ഇവ ഒടിയാതിരിക്കാനാണ് ഇങ്ങനെ ചെയ്യുന്നത്. നഴ്സറിയിൽ 4-6 നിരകളായി മുളച്ച കുരു വേരിന്റെ നീളമനുസരിച്ച്

റബ്ബർ നഴ്സറി

ചെറിയ കുഴി കുഴിച്ച് കുരുവിന്റെ പുറംതോടുവരെ മറയുന്ന ആഴത്തിൽ നടേണ്ടതാണ്. അടി വളമായി നഴ്സറി ബെഡിൽ 1000 കുരുവിന് 10 കിലോ ചാണകപ്പൊടിയും 5 കിലോ ഗ്രാം റോക്ക് ഫോസ്ഫേറ്റും കലർത്തി കുരു നടുന്നതിനു മുമ്പായി വളം ചെയ്യാവുന്നതാണ്. തടം ഉണങ്ങാതെ രാവിലെയും വൈകിട്ടും വഴിയോ നനച്ചു കൊടുക്കണം. മഴയുള്ള ദിവസങ്ങളിൽ ഇതിന്റെ ആവശ്യമില്ല. തൈ വളർന്ന് ഇവ വിരിയുന്ന സമയം ആഴ്ചയിൽ ഒരിക്കൽ 1:1 കണക്കിൽ തുരിശും ചുണ്ണാമ്പും ചേർത്ത ലായിനി തളിച്ചുകൊടുക്കണം. തറ ഉണങ്ങി വരണ്ടു പോകാതിരിക്കാൻ പച്ചിലയോ കരിയിലയോ ഇട്ട് പുതയിടുന്നത് നല്ലതാണ്. ഒരു മാസം പ്രായമാകുമ്പോൾ ചാണക ബ്ലറി 200 ലിറ്ററിൽ 2 കി. യൂറിയ കലർത്തി ചുവട്ടിൽ ഒഴിച്ചു കൊടുക്കണം. മാസത്തിൽ ഒരു പ്രാവശ്യം ഇങ്ങനെ വളപ്രയോഗം നടത്തണം. 4 മാസം പ്രായമെത്തുമ്പോൾ തൈകൾ ബഡ് ചെയ്യാൻ പാകമാകുന്നതാണ്.

ബഡ്‌വുഡ് നഴ്സറി

ഏത് ക്ലോണാണ് ബഡ് ചെയ്യാൻ ഉദ്ദേശിക്കുന്നത്, അതിന്റെ ബഡു ചെയ്ത തൈ, തൈ ഒന്നിന് 2 ½ - 3 അടി അകലം പാലിച്ച് വരിവരിയായി നട്ട് നനച്ച് വളം, മരുന്നു തളിക്കൽ എന്നിവ ചെയ്ത് പാകപ്പെടുത്തി നിർത്തിയിരുന്നാൽ ഒരു തൈയിൽ നിന്നും 2 മീറ്റർ നീളത്തിൽ (ചുവട്ടിൽ 1 മീറ്റർ ബ്രൗണും മുകളിൽ ഒരു മീറ്റർ ഗ്രീനും) മുകുളങ്ങൾ ബഡിങ് സമയത്ത് ലഭിക്കുന്നതാണ്. ഒരു മീറ്ററിൽ നിന്ന് 20 മുകുളങ്ങൾ വരെ ഇളക്കിയെടുത്ത് ബഡ് ചെയ്യാവുന്നതാണ്. ശരാശരി 5500 ബഡ് തൈകൾ നട്ടിരിക്കുന്ന നഴ്സറിയിൽ നിന്നും ഏകദേശം 80000 തൈകൾ

ബഡ്‌വുഡ് നഴ്സറി

ബഡ് ചെയ്യുന്നതിനുള്ള ബഡ് മുകുളങ്ങൾ ലഭിക്കുന്നതാണ്.

ബഡിങ്ങിനായി ബഡ് കുറ്റിയിൽ നിന്നും 9" ഉയരത്തിൽ മുറിച്ചെടുത്താൽ ചുവട്ടുകുറ്റിയിൽനിന്നും മുളച്ചു വരുന്ന ശിഖരങ്ങൾ വരും വർഷങ്ങൾക്കായി വളർത്തിയെടുക്കാവുന്നതാണ്. ഇത്തരം കുറ്റികളിൽ നിന്നും 15-20 വർഷങ്ങൾവരെ ബഡ് തൈ ശേഖരിക്കാവുന്നതാണ്. രണ്ടാം വർഷം മുതൽ ഈ കുറ്റികളിൽനിന്നും കുറഞ്ഞത് 150000 മുകുളങ്ങൾ എല്ലാ വർഷവും ലഭിക്കുന്നതാണ്. Bud wood ന് NPK 12:12:12 മിക്സർ വർഷത്തിൽ തൈ ഒന്നിന് 250 ഗ്രാം വീതം മേയ്, ഒക്ടോബർ മാസങ്ങളിൽ നല്കേണ്ടതാണ്. തൈയുടെ 1 അടി അകലം വിട്ട് വിതറി മണ്ണിളക്കി കൊടുക്കേണ്ടതാണ്. മഴയ്ക്ക് മുന്നോടിയായി ബോർഡോ മിക്സർ തളിക്കേണ്ടതാണ്. ഇത് മഴക്കാലത്ത് 3-4 പ്രാവശ്യം ചെയ്യേണ്ടതായി വരും.

നഴ്സറി ബഡിങ്

ആഗസ്ത് മാസം നഴ്സറിയിൽ മുളപ്പിച്ച കുരു നടുകയാണെങ്കിൽ നവംബർ മാസം തൈകൾ ബഡ് ചെയ്യാവുന്നതാണ്. ഈ തൈകളിൽ ബ്രൗൺ ബഡിങ്ങോ ഗ്രീൻ ബഡിങ്ങോ നടത്താവുന്നതാണ്. ബഡ്വുഡ് നഴ്സറിയിൽനിന്നും മുറിച്ചെടുക്കുന്ന ബഡ്കമ്പുകൾ മുറിച്ചെടുത്ത ഭാഗത്ത് പാരഫിൻവാക്സോ ട്രീസിലോ പുരട്ടി ജലാംശം നഷ്ടപ്പെടാതെ ബഡിങ് നഴ്സറിയിൽ എത്തിക്കേണ്ടതാണ്. ബഡ് വുഡ് നഴ്സറിയും ബഡിങ് നഴ്സറിയും അടുത്താണെങ്കിൽ ഇതിന്റെ ആവശ്യമില്ല. ഉച്ച വരെ ബഡ് ചെയ്യുന്നതിനാവശ്യമായ കമ്പുകൾ മാത്രം രാവിലെ മുറിക്കുകയും ഉച്ചകഴിഞ്ഞുള്ള ആവശ്യത്തിനായുള്ളവ അപ്പോൾ മുറിച്ചാലും മതിയാകും. പെൻസിൽ വണ്ണമെത്തിയ തൈകളിൽ ബഡിങ് ചെയ്യാവുന്നതാണ്. ബഡ് കമ്പിന്റെ അടിഭാഗം തവിട്ടുനിറമായിട്ടുണ്ടെങ്കിൽ അത് ബ്രൗൺ ബഡിങ്ങിന് ഉപയോഗിക്കാം. പച്ചയായ ഭാഗങ്ങൾ ഗ്രീൻബഡായി ഉപയോഗിക്കാം. മാതൃ തൈകളിൽ നിന്നും ബഡ് വച്ചുപിടിപ്പിക്കുന്നതിനായി നല്ല മൂർച്ചയുള്ള ചെറിയതരം ബഡിങ് കത്തികൊണ്ട് പട്ടയിളക്കേണ്ട ഭാഗം ചുവട്ടിൽ നിന്നും 5-6 സെ മീ ഉയരത്തിൽ ദീർഘചതുരാകൃതിയിൽ പോറിയിടുക. 10-15 തൈകൾ പോറിയിട്ടശേഷം തുണിയുപയോഗിച്ച് പോറൽ വരുത്തിയ ഭാഗത്തെ റബ്ബർ കറ തുടച്ചു വൃത്തിയാക്കി പട്ടയിളക്കി മാറ്റണം. അതിനുമുൻപായി ബഡ്മരത്തിലെ മുകുളം എടുക്കേണ്ട ഭാഗം തൈയിൽനിന്നും ഇളക്കിമാറ്റിയ വിടവിൽ ചേർന്നിരിക്കത്തക്കവണ്ണം പോറലുണ്ടാക്കി റബ്ബർ കറ തുണികൊണ്ട് തുടച്ചുമാറ്റി മുകുളം ഇളക്കിയെടുത്ത് തൈയിൽ ചേർത്തുവച്ച് മുകളിലേക്കാക്കി ഉറപ്പിച്ച് പ്ലാസ്റ്റിക് നാട കൊണ്ട് വെള്ളം കയറാതെ കെട്ടിവയ്ക്കണം. 21-25 ദിവസങ്ങൾകൊണ്ട് ബഡ് പൊതിഞ്ഞ പ്ലാസ്റ്റിക് അഴിച്ചുമാറ്റാവുന്നതാണ്.

പ്ലാസ്റ്റിക് അഴിച്ച് ഒരാഴ്ച കഴിഞ്ഞ് ബഡ് പിടിച്ചു എന്ന് ഉറപ്പുവരുത്തിയ ശേഷം പിഴുതെടുത്ത്, ബഡ് ചെയ്തിരിക്കുന്നതിന് എതിർവശത്തായി മൂർച്ചയുള്ള കത്തികൊണ്ട് 3-4" ഉയരത്തിൽ മുകളിൽ നിന്നും താഴേക്ക് വെട്ടുപാട് വരത്തക്ക രീതിയിൽ മുറിച്ച് ഫാരഫിൻ വാക്സോ, ട്രീസിലോ ഉപയോഗിച്ച് ജലാംശം നഷ്ടമാകാതെ വെട്ടുപാട് കവറു ചെയ്ത് കൂടയിലോ കുഴികളിലോ നടാവുന്നതാണ്. പിഴുതുമാറ്റി മുറിച്ചു നടുന്നതൈകൾ 20-30 ദിവസങ്ങൾ കൊണ്ട് മുളച്ചു തുടങ്ങും. തൈകൾ പിഴുതുമാറ്റുമ്പോൾ തായ്‌വേര് ഒരു അടിനീളം എങ്കിലും കിട്ടത്തക്ക രീതിയിൽ മുറിച്ചിരിക്കണം. തരനിറപ്പിൽ ഉള്ളവയ്ക്കു വേരുകൾ, 1 ഇഞ്ച് നീളം വച്ചു മുറിക്കുകയും താഴേക്കുള്ള ചെറുവേരുകൾ വേരിനോട് പറ്റെ മുറിച്ചു മാറ്റുകയും ചെയ്യേണ്ടതാണ്.

പോളി ബാഗ് നഴ്സറി

പോളിബാഗ് നഴ്സറി തയ്യാറാക്കുന്നതിന് 2 രീതികൾ അവലംബിക്കാറുണ്ട്.

മണ്ണുനിറച്ച പോളിബാഗിൽ മുളപ്പിച്ച കുരു നട്ട് പെൻസിൽ വണ്ണം ചുവട് വളരുമ്പോൾ ഗ്രീൻ ബഡു മുകുളം ബഡ് ചെയ്ത് പിടിപ്പിക്കുന്നതാണ് ഒരു രീതി. ഇത് ആദ്യകാലങ്ങളിൽ നിലനിന്നിരുന്നു. എന്നാൽ ഇങ്ങനെ ചെയ്യുമ്പോൾ ചില തൈകളുടെ ആരോഗ്യം കുറഞ്ഞതായിക്കാണണം. അതിനെ ബഡ് ചെയ്യാതെ ഒഴിവാക്കേണ്ടതായി വരും. ബഡു ചെയ്ത കുറ്റി (Stump) കൂടകളിൽ നടുന്നതാണ് രണ്ടാമത്തേത്.

ഇതിനുള്ള ഗുണം നല്ല കരുത്തുള്ള തൈകൾ തിരഞ്ഞ് കൂടകളിൽ നടുമ്പോൾ എല്ലാ തൈകളും ഒരേ അളവിൽ വളരുന്നതിനാൽ നഴ്സറിയിൽ തൈകളുടെ നശീകരണം കുറഞ്ഞിരിക്കും. ആകയാൽ ഈ രീതിയാണ് ഇപ്പോൾ കൂടുതലായി അവലംബിച്ചുവരുന്നത്.

പ്ലാസ്റ്റിക് കൂടകൾ നിറയ്ക്കുമ്പോൾ കറുത്ത നിറം തിരഞ്ഞെടുക്കാവുന്നതാണ്. ചൂടിനെ പ്രതിരോധിക്കാൻ ഇവ പ്രയോജനപ്പെടും. 2, 3 തട്ട് ഇല വിരിഞ്ഞതിന് ശേഷം 55-60 സെ മീ ഉയരവും 25-30 സെ മീ വീതിയുമുള്ള കൂടുകളിലേക്ക് മാറ്റാവുന്നതാണ്. നല്ല നീർവാർച്ചയുള്ള മേൽമണ്ണ്, വേരുകളും കരീലകളും മറ്റും നീക്കം ചെയ്ത് അധികമായി നനവില്ലാത്ത അവസ്ഥയിൽ 8-10 കിലോ ഗ്രാം, കൂട ഒന്നിന് 20 ഗ്രാം റോക്ക് ഫോസ്ഫേറ്റ് കലർത്തി നല്ല പോലെ ഇളക്കിച്ചേർത്ത് 400 ഗേജ് ഘനമുള്ള കൂടകളിൽ നിറയ്ക്കാവുന്നതാണ്. മുകൾഭാഗത്ത് 2 സെ മി വിടവ് ഇട്ട് വേണം നിറക്കേണ്ടത്. കൂടകളുടെ പകുതിയിൽ താഴെഭാഗം വെള്ളം പുറത്തേക്ക് പോകുന്നതിനായി 4-6 ചെറിയ ദ്വാരങ്ങൾ ഇട്ടു കൊടുക്കേണ്ടതാണ്.

കൂടയിൽ തന്നെ മുളപ്പിച്ച് കുരു നട്ട് വളർത്തി ബഡ് ചെയ്ത് 21 ദിവസങ്ങൾക്ക് ശേഷം മുകുളം തൈയുമായി ചേർന്നു എന്ന് ബോദ്ധ്യ

പ്പെട്ടശേഷം, അതിന്റെ 2-3 ഇഞ്ച് ഉയരത്തിൽ മണ്ട മുറിച്ചു മാറ്റി നടാവുന്നതാണ്. ഇവയുടെ വേരു മുറിക്കുന്നില്ല എന്ന ഒരു ഗുണമുണ്ട്. ഇതിനായി തെരഞ്ഞെടുക്കുന്ന കറുത്ത പ്ലാസ്റ്റിക് കൂടകൾക്ക് 500 ഗേജ് ഘനവും, 65 സെ മീ ഉയരവും 35 സെ മീ വീതിയും ഉണ്ടായിരിക്കണം. ഇത്തരം കൂടകളിൽ 15-18 കിലോ മണ്ണ് നിറയ്ക്കേണ്ടതായി വരും. മണ്ണു നിറച്ച കൂടകൾ നഴ്സറി ബഡിൽ 20 സെ മീ ആഴത്തിൽ കിടങ്ങ് (Trench) എടുത്ത് രണ്ടുവരിയായി ലംബമായി നിർത്തി മണ്ണ് ഉപയോഗിച്ച് കൂടയുടെ ഇരുവശങ്ങളും മുറിഞ്ഞുപോകാതെ ഉറപ്പിക്കേണ്ടതുമാണ്. ഓരോ ബെഡിനും ഇടയിലായി 2-3 അടി വീതിയിൽ നടപ്പാത ഉണ്ടായിരിക്കണം.

ഇങ്ങനെ അടുക്കിയിരിക്കുന്ന കൂടകളിൽ ബഡ് ചെയ്ത സ്റ്റമ്പ് നടാവുന്നതാണ്. നടുമ്പോൾ മുകുളങ്ങൾ കൂടകളിൽ വിപരീത ദിശയിൽ വരാൻ ശ്രദ്ധിക്കണം. തൈകൾ ഇട അകലം ലഭിച്ചു വളരാൻ ഈ രീതി സഹായമായിരിക്കും.

ബഡ് തൈകളുടെ വേരിന്റെ വളർച്ച ത്വരിതപ്പെടുത്തുന്നതിന് ഇൻഡോൾ ബ്യൂട്ടിക് ആസിഡ് (IBA) കൂട ഒന്നിന് 5 മില്ലി ചേർത്തു കൊടുക്കാവുന്നതാണ്.

വലിയ കൂടയിൽ നിർത്തി ബഡ് ചെയ്തിരിക്കുന്ന തൈയുടെ വേരുകൾ മണ്ണിൽനിന്നും ഇളകാത്തവിധം കരുതലോടെ എടുത്തുമാറ്റി നടാനുദ്ദേശിക്കുന്നിടത്തേക്ക് എത്തിക്കാൻ ശ്രദ്ധിക്കേണ്ടതാണ്.

തൈകൾ കൂടയിൽനട്ട് 15/20 ദിവസം മുതൽ മുകുളങ്ങൾ വളരാൻ തുടങ്ങും. ചില തൈകളിൽ മുള പൊട്ടുന്നതിന് ഒരു മാസം വരെ സമയം എടുക്കുന്നുണ്ട്. എന്നാൽ ബഡ് ചെയ്യാത്ത ഭാഗങ്ങളിൽ അനാവശ്യ മുകുളങ്ങൾ മുളയ്ക്കുന്നത് സാധാരണമാണ്. ഇത് അപ്പോൾ തന്നെ മുർച്ച

പോളി ബാഗ് നഴ്സറി

യുള്ള ചെറിയ കത്തി ഉപയോഗിച്ച് നീക്കം ചെയ്യേണ്ടതാണ്. കൂടയിൽ തന്നെ നിർത്തി ബഡ് ചെയ്തായാലും ബഡ് സ്റ്റമ്പ് നട്ടതായാലും എല്ലാ ദിവസവും തൈകൾ നനച്ചുകൊടുക്കേണ്ടതാണ്.

വളം ചേർക്കൽ

ബഡ് മുളച്ചു തുടങ്ങുമ്പോൾ തന്നെ വളപ്രയോഗം ആരംഭിക്കേണ്ടതാണ്. ആദ്യത്തെ രണ്ട് മാസക്കാലം പശുവിൻ ചാണകം (cow dung) 20 ലിറ്റർ പാത്രത്തിൽ 10 കിലോ ഇട്ടതിന്ശേഷം വെള്ളം നിറച്ച് 2-3 ദിവസം ഇടവിട്ട് ഇളക്കി കൊടുക്കണം. ഇതിൽ 1 കിലോ യൂറിയാ ലയിപ്പിച്ച് 100 തൈകൾക്ക് ഒഴിച്ചുകൊടുക്കാവുന്നതാണ്. മാസത്തിൽ 2 പ്രാവശ്യം ഇങ്ങനെ ചെയ്യാം; ജനുവരി, ഫെബ്രുവരി മാസങ്ങളിൽ കൂടയിൽ നടുന്നതൈകൾക്ക്, മാർച്ച്, ഏപ്രിൽ മാസങ്ങൾവരെ ഈ രീതിയിൽ വളം ചെയ്യേണ്ടതാണ്. മേയ് മാസത്തോടുകൂടി മുകളിൽ പറഞ്ഞ അളവിൽ ഉള്ള ലായനിയിൽ 20 ലിറ്ററിന് 1 കിലോ റോക്ക് ഫോസ്ഫേറ്റോ, അജ്ഫോഡോയോ കൂടി ചേർത്തു കൊടുക്കാവുന്നതാണ്. ജൂൺ മാസത്തോടെ മൺസൂൺ ആരംഭത്തിൽ കൃഷിസ്ഥലത്തേക്ക് മാറ്റി തുടങ്ങാവുന്നതാണ്. ബഡ് മുളച്ച് വളർന്നു കൊണ്ടിരിക്കുമ്പോഴും സ്റ്റമ്പിന്റെ മറ്റു ഭാഗങ്ങളിൽ അനാവശ്യമുളകൾ വളർന്നു കാണുന്നുണ്ട്. ഇതിനെ ഫൗൾ ഷൂട്സ് (Foul Shoots) എന്നുപറയും. ഇത് വളരാൻ അനുവദിക്കരുത്. ഇവ വളരാൻ അനുവദിച്ചാൽ ബഡ് തൈയുടെ വളർച്ച മുരടിക്കുകയും അനാവശ്യമുളകൾ അടുത്ത് വളരുകയും ചെയ്യും.

നഴ്സറിയിലെ രോഗനിയന്ത്രണം

നഴ്സറിയിൽ അടുക്കിയിരിക്കുന്ന പോളിബാഗിൽ ബഡ് ചെയ്ത സ്റ്റമ്പ് നട്ടു കഴിഞ്ഞ് മുളപൊട്ടുന്നതിനോടനുബന്ധമായി പല വിധ കുമിൾ (ഫംഗൽ) രോഗങ്ങൾ ബാധിക്കാറുണ്ട്. ഇത് പ്രതിരോധിക്കുന്നതിനായി 1 ശതമാനം വീര്യമുള്ള ബോർഡോ മിശ്രിതം ബഡ് പാച്ചിൽ (ബഡ് ഒട്ടിച്ചേർന്ന സ്ഥലം) തളിച്ച് കൊടുക്കണം. മുകുളങ്ങൾ പൊട്ടി മുളയ്ക്കുന്നത് ദിവസങ്ങൾ ഇടവിട്ട് ആകയാൽ ആഴ്ചയിൽ ഒന്ന് എന്ന വിധം ഇത് തുടരേണ്ടതാണ്. തൈകൾ നിരപ്പിന് മുളച്ച് ഇലകൾ വിരിയുമ്പോഴും പുതിയ മുളകൾ വരുമ്പോഴും വെള്ളം കാര്യമായി തളിച്ചുകൊടുക്കേണ്ടതാണ്. ഒയിഡിയം (പൊടിക്കുമിൾ രോഗബാധ) രോഗം ഇലകളിൽ കണ്ടാൽ വെറ്റബൾ സൾഫർ (Wettable Sulfur) തളിച്ച് ചെയ്ത് രോഗം നിയന്ത്രിക്കാവുന്നതാണ്. ഇലയിൽ ഈർപ്പം ഇല്ലാത്ത സമയത്താണ് ഇത് നടത്തേണ്ടത്. 3-4 മണിക്കൂറുകൾക്ക് ശേഷം മാത്രമേ നനയ്ക്കാൻ പാടുള്ളൂ. അല്ലാത്തപക്ഷം സ്പ്രേയിങ് ലായനി ഇലയിൽ പിടിക്കാതെ ഒഴുകി പോകാൻ ഇടയാകും. കുമിൾനാശിനിയോടൊപ്പം 100 തൈകൾക്ക് 25 മില്ലിഗ്രാം എന്ന കണക്കിൽ യൂറിയാ കൂട്ടി തളിക്കുന്നത് തൈയുടെ ഇലകൾക്ക് ശക്തിയും നല്ല പച്ച നിറവും കിട്ടുന്നതിന് സഹായിക്കും. ഇങ്ങനെ ചെയ്യുന്ന രീതിയെ ഫോളിയർ ആപ്ലിക്കേഷൻ (Foliar Application) എന്ന് പറയുന്നു.

ന്യൂപ്ലാന്റിങ്ങിനു വേണ്ടി നിലം ഒരുക്കൽ

പ്ലാന്റിങ്ങിനായി സ്ഥലം തെരഞ്ഞെടുക്കുമ്പോൾ ശ്രദ്ധിക്കേണ്ട കാര്യങ്ങൾ മുൻ അദ്ധ്യായങ്ങളിൽ വിവരിച്ചിട്ടുണ്ടല്ലോ. അനുയോജ്യമായ സ്ഥലം തെരഞ്ഞെടുത്തു കഴിഞ്ഞാൽ പ്ലാന്റിങ്ങിന്റെ പ്രാഥമിക പ്രവർത്തനങ്ങൾ തുടങ്ങേണ്ടതാണ്. ചെറുകാടുകളോ കളകളോ വളർന്ന് കിടക്കുന്ന സ്ഥലമാണെങ്കിൽ ഇവ വെട്ടിമാറ്റി, കത്തിച്ച് സ്ഥലം ഒരുക്കേണ്ടതാണ്. വൻമരങ്ങൾ വളർന്നു നില്ക്കുന്ന വനപ്രദേശമാണെങ്കിൽ 1980 ലെ ഫോറസ്റ്റ് കൺസർവൻസി ആക്ടിന്റെ അടിസ്ഥാനത്തിൽ കേന്ദ്രഗവൺമെന്റിന്റെ മുൻകൂർ അനുമതിയോടെ മാത്രമേ വനേതര പ്രവൃത്തികൾ നടത്താൻ പാടുള്ളു. കേരളത്തിൽ ഒരു വ്യക്തിക്ക് കൈവശം വയ്ക്കാവുന്ന സ്ഥലത്തിന്റെ പരിധി 15 ഏക്കർ വരെയാണ്. എന്നാൽ തോട്ടവിളകളെ ഈ പരിധിയിൽനിന്നും ഒഴിവാക്കിയിട്ടുണ്ട്. ഗാഡ്ഗിൽ, കസ്തൂരിരംഗൻ, ഉമ്മൻ വി ഉമ്മൻ എന്നീ കമ്മിറ്റികളുടെ ശുപാർശയുടെ അടിസ്ഥാനത്തിൽ പശ്ചിമഘട്ടമേഖലയിലെ വളരെയേറെ പ്രദേശങ്ങൾ ഹരിത ട്രിബ്യൂണലിന്റെ തീരുമാനത്തിന്റെ അടിസ്ഥാനത്തിൽ EFL പരിധിയിൽ (എക്കോളജിക്കലി ഫ്രജയിൻ ലാന്റ്) അതായത് പരിസ്ഥിതി ലോലമേഖലകളായി നിജപ്പെടുത്തിയിട്ടുണ്ട്.

സ്ഥലം വൃത്തിയാക്കിയതിനുശേഷം ലൈനിങ്, ടെറസിങ് (മേൽത്തിട്ട ഒരുക്കൽ), പിറ്റിങ് (കുഴിയെടുക്കൽ) ഈ ജോലികൾ ആരംഭിക്കാവുന്നതാണ്. ഇതിന് അനുയോജ്യമായ സമയം ഡിസംബർ - ജനുവരി മാസങ്ങളാണ്. നിലം ഉണങ്ങിയും ചപ്പുചവറുകൾ കത്തിക്കുന്നതിനും ഈ സമയം ഏറ്റവും അനുയോജ്യമാണ്. ലൈൻ അടിക്കുമ്പോൾ 8 കുറ്റികൾ കോണ്ടൂർസിസ്റ്റം (സമുദ്രനിരപ്പിൽനിന്ന് ഒരേ ഉയരത്തിലുള്ളപ്രദേശങ്ങളെ ബന്ധിപ്പിച്ച് വരയ്ക്കുന്ന സാങ്കല്പിക രേഖ) പ്രകാരം ചെയ്യേണ്ടതാണ്. പ്രത്യേകിച്ച് സ്ലോപ്പായ സ്ഥലങ്ങളിൽ ടെറസിൽനിന്നും

വെള്ളവും വളവും ഒലിച്ച് നഷ്ടപ്പെടാതെയിരിക്കാനായി ഇങ്ങനെ ചെയ്യേണ്ടതാണ് നമ്മുടെ ഭൂപ്രകൃതി സമതലം, ഇടനാട്, മലനാട് എന്നിങ്ങനെ 3 ആയി തരംതിരിക്കാം. സമതലങ്ങൾ മിക്കവാറും കടലുമായി അടുത്ത പ്രദേശങ്ങളായിരിക്കും. റബ്ബർകൃഷിക്കനുയോജ്യമായി മണ്ണ് കൂടുതലായി കണ്ടുവരുന്നത് ഇടനാട്, മലനാട് പ്രദേശങ്ങളിലാകയാൽ ഭൂമിക്ക് നിശ്ചയമായും ചെറുതും വലുതുമായ രീതിയിൽ ചരിവുണ്ടായിരിക്കും. അതിനാൽ കോണ്ടൂർ രീതിയിൽ ടെറസ് വെട്ടി കുഴി എടുക്കേണ്ടത് ആവശ്യമാണ്.

2.3 ഏക്കർ സ്ഥലമാണ് (ചെറുകിട) റബ്ബർ കൃഷിക്കായി ഉപയോഗിക്കുന്നതെങ്കിൽ കൈകൊണ്ട് കുഴി എടുത്ത് മേൽത്തടം വെട്ടി പ്ലാന്റിങ്ങിന് തരപ്പെടുത്താവുന്നതാണ്. കൂടുതൽ സ്ഥലം ചെയ്യാനുദ്ദേശിക്കുന്നവർ ഉപകരണങ്ങളെ ആശ്രയിക്കാവുന്നതാണ്. ജെ സി ബി ഉപയോഗിച്ചും ചെറിയ ചരിവുകളിൽ, തിട്ടകൾ, കുഴികൾ എന്നിവ എടുക്കാനാകുമെങ്കിലും ചരിവ് കൂടിയ പ്രദേശങ്ങൾക്ക് ടയറിൽ പ്രവർത്തിക്കുന്ന ജെ സി ബിയെ അപേക്ഷിച്ച് ഇരുമ്പ് ബെൽറ്റിൽ പ്രവർത്തിക്കുന്ന മെഷീൻ സുഗമമായി പര്യാപ്തമാണ്. കൈകൊണ്ട് ചെയ്യുമ്പോൾ കുഴി ആദ്യം എടുക്കുകയും പിന്നീട് കുഴി മൂടുന്ന സമയം കട്ടിങ്ങും കുഴിയിൽ നിന്ന് എടുത്ത 1 അടി ആഴം വരെയുള്ള മേൽ മണ്ണും ഉപയോഗിച്ച് തൈനടുന്നതിനായി നിലം ഒരുക്കും. മണ്ണുമാന്തി ഉപയോഗിക്കുമ്പോൾ ആദ്യം ആവശ്യാനുസരണമുള്ള (5-6 അടി) വീതിയിൽ കട്ടിങ് ഭാഗത്തേക്ക് 5^0 - 10^0 ചരിവ് ലഭിക്കത്തക്ക രീതിയിൽ ടെറസ് വെട്ടി കട്ടിങ് ഭാഗത്തിൽനിന്നും 2 അടി പിന്നിലേക്ക് മാറ്റി 2 1/2 അടി ആഴം സമചതുരം കുഴികൾ താഴെ ഭാഗത്തേക്ക് 2 അടി ചുറ്റും അളവ് ലഭിക്കത്തക്കവിധം എടുത്ത കുഴിയിൽനിന്നും എടുത്ത് വളമുള്ള മേൽമണ്ണും അല്പം കട്ടിങ് കൂടി അരിഞ്ഞെടുത്ത് കുഴിമൂടി അടയാളം കുത്തി ഇടേണ്ടതാണ്. 4-5 കുഴികൾ വിട്ട് ടെറസിന്റെ കുറുകെ ചെറിയതായി മണ്ണ് ഉയർത്തിയിട്ടിരുന്നാൽ ടെറസിന് അല്പം ചരിവ് ഉണ്ടായാൽപ്പോലും വെള്ളം ഒഴുകിപ്പോകാതെ ടെറസിൽ തന്നെ തടഞ്ഞുനിർത്താൻ സാധിക്കും. ഇങ്ങനെ ചെയ്യുന്നതിനെ ഇട കട്ടിങ് എന്നു പറയുന്നു.

തടവും കുഴികളുമെടുക്കുന്നതിന് മുമ്പായി തോട്ടത്തിൽ നടപ്പാതയ്ക്കും വാഹനസൗകര്യത്തിനുമുള്ള ആവശ്യമായ സ്ഥലം ഒഴിവാക്കിയിടണം. ഓഫീസ്, ഫാക്ടറി, ജീവനക്കാർക്കു താമസിക്കാനുള്ള കെട്ടിടം നിർമ്മിക്കാനുള്ള സ്ഥലം മാറ്റിയിട്ടിരിക്കണം. പ്ലാന്റിങ്ങിന് മുമ്പായി റോഡും ഫുട്പാത്തും നിർമ്മിക്കുന്നതാണ് തൈകൾ, വളം മുതലായവ എത്തിക്കുന്നതിന് സൗകര്യപ്രദമാക്കുന്നത്. എസ്റ്റേറ്റിന് ചുറ്റും മുള്ളുവേലിയും കാട്ടുമൃഗങ്ങളുടെ ശല്യമുള്ള സ്ഥലങ്ങളിൽ വൈദ്യുതവേലിയും പ്ലാന്റിങ്ങിന് മുൻപായി നിർമ്മിക്കേണ്ടതാണ്. വേലിക്കാലുകൾക്കായി തേക്കുകഴകളോ, കോൺക്രീറ്റ് തൂണുകളോ, കരിങ്കല്ല് കീറിയെടുത്ത തൂണുകളോ ഉപയോഗിക്കാം. വൈദ്യുതകമ്പികൾ ഇടുമ്പോൾ തൂണുകളിൽ തൊടാതെ ഇൽസുലേറ്ററുകൾ ഘടിപ്പിച്ചിരിക്കണം.

ഫീൽഡ് പ്ലാന്റിങ്

തെക്കു പടിഞ്ഞാറൻ കാലവർഷം ആരംഭിക്കുന്ന മുറയ്ക്ക് നഴ്സറിയിൽ പാകമായി നില്ക്കുന്ന തൈകൾ നടീൽ ആരംഭിക്കും. കുഴി എടുത്തു മൂടിയിരിക്കുന്നത് അടയാളപ്പെടുത്തിയിരിക്കുന്ന സ്ഥലം കൃത്യമായി കണ്ടുപിടിച്ച് പോളിബാഗിന്റെ നീളത്തിലുള്ള കുഴി എടുത്ത് തൈ ഒന്നിന് 100 ഗ്രാം വേപ്പിൻപിണ്ണാക്കും 250 ഗ്രാം എല്ലുപൊടിയും ചേർത്തു കൊടുക്കേണ്ടതാണ്. കൂട ബ്ലയിഡുകൊണ്ടുവരഞ്ഞ് കൂടയിലെ മണ്ണ് ഉടഞ്ഞുപോകാതെ കുഴിയിൽ ഇറക്കി വച്ച് പകുതി ഭാഗം മണ്ണിട്ട് ചവിട്ടി ഉറപ്പിച്ചതിനുശേഷം കൂടയ്ക്ക് ചുറ്റും വളം ഇട്ടതിനുശേഷം കുഴിമുഴുവനായി ചവിട്ടി ഉറപ്പിക്കണം. പോളിബാഗിന്റെ ഭാഗങ്ങൾ കുഴിയിൽ അവശേഷിക്കാതെ പുറത്തെടുത്തു മാറ്റി വേണം തൈ ഉറപ്പിക്കാൻ. തൈ കുഴിയിൽ ഇറക്കിവയ്ക്കുമ്പോൾ ബഡ് കൂട്ടിച്ചേർത്ത ഭാഗം വടക്കു വശത്ത് വരത്തക്കവണ്ണം വയ്ക്കുന്നത് തൈ വളർന്നു വരുമ്പോൾ ബഡിലും തൈയിലും സൂര്യാഘാതവും തെക്കൻ ചായ്‌വ് ചൂടും ഒഴിവാക്കുന്നതിന് സഹായകമാകും.

വലിയ കൂടയിൽ കുരുനട്ട് മുളപ്പിച്ച് അതിൽതന്നെ നിർത്തി ബഡ് ചെയ്തിരിക്കുന്ന തൈകളാണെങ്കിലും മുകളിൽ വിവരിച്ചിരിക്കുന്നവിധം തന്നെയാണ് നടേണ്ടത്. വലിയ കൂടയാകയാൽ മണ്ണിന്റെ ഭാരവും കൂടുതലായി ഉണ്ടാകുമെന്നതിനാൽ മണ്ണ് ഉടഞ്ഞു വേരിന് ഇളക്കം തട്ടാതെ ശ്രദ്ധിച്ചു വേണം നടുന്നത്. ബഡ് സ്റ്റമ്പ് പിഴുത് തായ്‌വേരു മുറിച്ചാണ് കൂടയിൽ നട്ടിരിക്കുന്നതെങ്കിൽ 2-3 തട്ട് (Wirls) വളർച്ചയെത്തുമ്പോൾ മുകളിലെ തട്ട് ഇല മാറ്റിയതിനു ശേഷം അടുത്ത മുകുളം വികസിക്കാത്ത (Dormant) അവസ്ഥയിലായിരിക്കുമ്പോൾ വേണം മാറ്റി നടുന്നത്. മുകൾത്തട്ട് ഇലകൾ മൃദുലമായ അവസ്ഥയാണെങ്കിൽ നടാതിരിക്കുന്ന

താണ് നല്ലത്. വലിയ കൂടകളിൽ നട്ട് വളർത്തി ബഡ് ചെയ്ത തൈയാണെങ്കിൽ 4-5 തട്ട് ഇല വളരുന്ന പരുവത്തിൽ നിലത്ത് കൃഷി ചെയ്യാം. മുകൾ തട്ടു ഇലകൾ മുൻപു പറഞ്ഞിരിക്കുന്ന പരുവത്തിൽതന്നെ ആയിരിക്കണം. കൂടാതെ ആവരണവിളകൾ (ലെഗ്യൂം കവർ ക്രോപ്പുകൾ) രണ്ട് തട്ടുകൾക്കിടയിൽ വച്ച് പിടിപ്പിക്കണം. മുൻ അദ്ധ്യായങ്ങളിൽ വിവരിച്ചിരിക്കുന്നതിൻ പ്രകാരം, മ്യൂക്കുണ, പ്യൂരേറിയ ഇതിലേതെങ്കിലുമാണ് അഭികാമ്യം.

ആവരണ വിളകൾ

ആവരണ വിളകൾ വിവിധ ഇനം ഉണ്ട്. ഇപ്രകാരമാണ്.

- വേനൽക്കാലത്തും മഴക്കാലത്തും മണ്ണിൽ ആഴ്ന്നിറങ്ങിയ വേരുകൾ ജീവസുറ്റതായിരിക്കുന്നതായ അതിവേഗം വളർന്ന് പടരുന്നവ (Perennial creapers).
- നല്ല ഇലപ്പടർപ്പുള്ളതും പടർന്ന് കയറുന്നതുമായ Tuners.
- കളകളെ വരിഞ്ഞുമുറുക്കി നശിപ്പിക്കാൻ കഴിവുള്ളവ.
- തണലിലും വളരുന്നവ.
- മണ്ണിൽ നൈട്രജൻ ഉല്പാദിപ്പിക്കാൻ കഴിയുന്നവ.
- രോഗങ്ങളെയും കീടങ്ങളെയും അതിജീവിക്കുന്നവ.
- റബ്ബറിനാവശ്യമായ പോഷകങ്ങളും ജലാംശവും കവർന്നെടുക്കാത്തവ.

ഈ ഗുണങ്ങൾ അടങ്ങിയ ഇഴവള്ളികളെയാണ് ആവരണവിളയായി കണക്കാക്കുന്നത്.

പ്യൂരേറിയ (തോട്ടപ്പയർ)

ഇവ ഇന്ത്യയിലെ റബ്ബർ തോട്ടങ്ങളിൽ വ്യാപകമായി വളർത്തുന്നു. വേരുകൾ വ്യാപകമായി മണ്ണിൽ പടരുകയും നൈട്രജൻ ഉല്പാദിപ്പിക്കുകയും ചെയ്യുന്നതിനാൽ തോട്ടത്തിൽ നൈട്രജൻ ഇട്ടുകൊടുക്കുന്നതിന്റെ ചെലവ് കുറയ്ക്കാൻ സാധിക്കും.

വള്ളികളിൽ, ഇലത്തണ്ടിൽ ഇലകൾ 3 ആയി വേർതിരിഞ്ഞിരിക്കും. ഡിസംബർ-ജനുവരിയിൽ പുഷ്പിക്കുന്നു. പൂക്കൾ പിങ്കു നിറമുള്ളവയും കായ്കൾ പാകമാകുമ്പോൾ സിലിണ്ടർ ആകൃതിയിൽ 6–8 സെ മീ നീളമുള്ളതുമായിരിക്കും. ഒരു കായിൽ 6–8 പയർമണികൾ ഉണ്ടായിരിക്കും.

തോട്ടപ്പയർ

ഒരു ഹെക്ടർ തോട്ടത്തിൽനിന്നും 25-30 കിഗ്രാം വിത്ത് ലഭിക്കും. ഇതിന് മാർക്കറ്റിൽ കിലോഗ്രാമിന് 100-150 രൂപ വില ലഭിക്കുന്നു.

കലപ്പഗോണിയം

ഇതും പ്യൂരേറിയാ കുടുംബത്തിൽപ്പെട്ട വള്ളിച്ചെടിയാണ്. അമേരിക്കയിലെ ഉഷ്ണമേഖലാ പ്രദേശങ്ങളി (ട്രോപ്പിക്കൽ ഏരിയായി)ൽനിന്ന് കൊണ്ടുവന്നിട്ടുള്ളവയാണ്.

തണ്ടിൽ കളകളോടുകൂടിയ ഇലഞെട്ടാണ്. മഴയിൽ പെട്ടെന്ന് വളർന്ന് പടരുന്നതും വേനലിൽ പെട്ടെന്ന് ഉണങ്ങിപ്പോകുന്നവയുമാണ്. കായ്കൾ 4-5 സെ മീ നീളത്തിലും ഉരുണ്ട ആകൃതിയിലുള്ളതും തോടിന്റെ പുറമേ ചെറിയ രോമങ്ങൾ കാണപ്പെടുന്നവയുമാണ്. പൂക്കൾ ചെറുതും വെയിൽ നിറമുള്ളതുമാണ്. കായ്കൾ പൊട്ടി വീണ് അടുത്ത മഴക്കാലത്ത് വീണ്ടും മുളച്ചു വരുന്നതു കാണുന്നുണ്ട്.

സെട്രെൻ ട്രോസീമ

ഇതും അമേരിക്കയിലെ ഉഷ്ണമേഖലാ പ്രദേശങ്ങളിൽനിന്നും കണ്ടെത്തിയവയാണ്. ഇതും വള്ളിയായി പടരുകയും കളകളിൽ ചുറ്റിപ്പടർന്ന് കയറുകയും ചെയ്യുന്നവയാണ്. ഇലകൾ വീതി കുറഞ്ഞവയും കടുംപച്ച നിറമുള്ളവയുമാണ്. പൂക്കൾ വലുപ്പം കൂടിയതും പിങ്ക് നിറമുള്ളതുമാണ്. കായ്കൾ പരന്നതും 10-12 സെ മീ നീളം ഉള്ളവയുമാണ്.

മിമോസ

തൊട്ടാവാടി പരിവർത്തനം സംഭവിച്ചുണ്ടായ ഒരിനമാണ്. തണ്ടുകളിൽ മുള്ളുപോലെ തോന്നിക്കുന്ന വളർച്ചയുണ്ടാകും. എന്നാൽ അതു കൂർത്തമുള്ളുകളല്ല. ഇത് ഒരു ഇഴവള്ളിയോ ചുറ്റിപ്പടരുന്നതോ ആയ സസ്യമല്ല. കള വളരാൻ അനുവദിക്കാതെ ഇടതിങ്ങി ശാഖകൾ വള്ളിപോലെ നീളത്തിൽ കാണപ്പെടും. എന്നാൽ ഇവ വേനലിൽ പറ്റെ ഉണങ്ങിപ്പോകുന്നു. ഇത് തീപടർന്ന് പിടിക്കാനുള്ള സാദ്ധ്യത വർദ്ധിപ്പിക്കുന്നു. തോട്ടത്തിൽ വളർത്തുന്നതിന് വളരെ ചെറിയ പരിഗണനമാത്രമാണ് ഇതിന് നല്കുന്നത്. മഴയുടെ ആരംഭത്തിൽ വേരുകളിൽ നിന്നും വീണ്ടും വളർന്നു തുടങ്ങുന്നു

മ്യൂക്കുണ (Mucuna)

വളരെ വേഗം വളർന്ന് പടരുന്നതും മൂന്ന് ഇതളുകളായുള്ള വലിയ ഇലകളാൽ സംപുഷ്ടവുമാണ്. വേര് മണ്ണിൽ ആഴ്ന്നിറങ്ങുന്നു. ഇവ കളകൾ വളരാതെ ആവരണം സൃഷ്ടിക്കുന്നവയാണ്. ശ്രദ്ധിക്കാതിരുന്നാൽ റബ്ബർ തൈകളിലും ചുറ്റിപ്പടർന്ന് തൈകളെ നശിപ്പിക്കാൻ പ്രാപ്തിയുള്ളതാണ്. മേൽത്തടങ്ങളിൽ പടർന്നിറങ്ങുന്നത് അപ്പോഴപ്പോൾ വെട്ടിമാറ്റിയിരിക്കണം. വൻവൃക്ഷങ്ങളിൽപ്പോലും ചുറ്റിപ്പടർന്നു വളർച്ച തടയാൻ സാമാന്യം കഴിവുള്ള വള്ളിച്ചെടിയാണിവ. കേരളത്തിൽ ഇതിന് കായ് പിടിച്ചുകാണുന്നില്ല. ഇന്ത്യയിൽ വടക്കു കിഴക്കൻ മേഖലയിൽ ഇത് സമൃദ്ധമായി വളരുന്നു. പൂക്കൾ ഏതാണ്ട് നായ്ക്കുരുണ പൂങ്കുലപോലെ കാണപ്പെടും. വിത്തിന്റെ പുറംതോട് കാഠിന്യമേറിയതാണ്. 50^0 സെൽഷ്യസ് ചൂട് വെള്ളത്തിൽ ഇട്ട് കുതിർത്തെടുത്ത് അടുത്ത ദിവസം മുളയ്ക്കാനായി ഷീൽഡിൽ വിതയ്ക്കാവുന്നതാണ്. മണ്ണിൽ ഈർപ്പം നിലനിർത്താൻ പര്യാപ്തമായി ഉണക്ക ഇലയും തണ്ടും 6-10 സെ മീ ഘനത്തിൽ സ്പോഞ്ചുപോലെ ആവരണം തീർക്കണം. ശ്രദ്ധിച്ച് വളർത്തിയാൽ എസ്റ്റേറ്റിൽ കള നശീകരണത്തിന് ഏറ്റവും ഉത്തമമായ ആവരണ സസ്യമാണ് മ്യൂക്കുണ. വേനലിലും പച്ചയായിത്തന്നെ, തോട്ടത്തിൽ നിബിഡമായി വളരുന്നു. വള്ളിമുറിച്ച് നട്ട് പ്രജനനം നടത്തുകയോ വടക്കുകിഴക്കൻ സംസ്ഥാനങ്ങളിൽ നിന്ന് വിത്ത് കൊണ്ടുവന്ന് വളർത്തുകയോ ചെയ്യാം. തണ്ടിൽനിന്നു മുളപൊട്ടുന്നവയും ചെറിയ തോതിലുണ്ട്.

റബ്ബർ തൈകളുടെ പരിചരണം

മരുന്നു തളിക്കൽ

തൈകൾ നഴ്സറിയിൽനിന്നും ഫീൽഡിലേക്ക് നടീലിനായി മാറ്റുമ്പോൾ ഒരു ശതമാനം ബോർഡോ മിശ്രിതം തളിച്ചതിനു ശേഷം എടുക്കുന്നത് നല്ലതാണ്. മഴയുടെ ആരംഭത്തിലാണല്ലോ (മൺസൂൺ) (പ്ലാന്റിങ്) തുടങ്ങുന്നത്. ഈ സമയം തൈയുടെ ഇലകളിൽ ഫൈറ്റോഫ്തോറ രോഗം ബാധിക്കുന്നസമയമാണ്. ഇതിനെ പ്രതിരോധിക്കുന്നതിന് ഏറ്റവും ഫലപ്രദമായ മാർഗ്ഗമാണ് ബോർഡോ മിശ്രിതം തളിക്കൽ

നഴ്സറിയിൽ കൂട്ടമായി നില്ക്കുമ്പോൾ നടത്തുന്ന തളിക്കൽ കുറഞ്ഞ സ്ഥലത്തുനിന്ന് കൂടുതൽ തൈകളിൽ മരുന്ന് എത്തിക്കുന്നതിന് സഹായകമാകുന്നു. കൃഷി തുടങ്ങി 2-4 ആഴ്ചകൾക്കകം സുഷുപ്തിയിലുള്ള അഗ്രമുകുളങ്ങൾ വളർച്ച ആരംഭിക്കും. ഈസമയം കുമിൾ രോഗം വരാൻ (ഫംഗസ്) സാദ്ധ്യതയുള്ളതിനാൽ നട്ട് 2-4 ആഴ്ചകൾക്കകം അടുത്ത റൗണ്ട് മരുന്ന് തളി നടത്തിയിരിക്കണം. ഈ പ്രക്രിയ മഴക്കാലം കഴിയുന്നതുവരെ മാസം ഒന്ന് എന്ന കണക്കിൽ നടത്തേണ്ടതാണ്. ഇങ്ങനെ ചെയ്യാതിരുന്നാൽ ഇളം തളിരുകളും കൂമ്പും രോഗബാധയാൽ ചീഞ്ഞു പോകുന്നതാണ്. ഇങ്ങനെ തളിരിലകൾ നഷ്ടപ്പെടുമ്പോൾ രോഗബാധ ഉണ്ടായതിന് താഴെയായി അനേകം ചെറുമുകുളങ്ങൾ വിരിഞ്ഞ് ചെറുശാഖകളായി വളരുകയും തൈയുടെ മുകളിലേക്കുള്ള വളർച്ചയെ തടസ്സപ്പെടുത്തുകയും ചെയ്യുന്നു.

വളപ്രയോഗം

സെപ്തംബർ-ഒക്ടോബർ മാസങ്ങളിൽ വടക്കു കിഴക്കൻ കാലവർഷം തുടങ്ങുന്നതിനോടൊപ്പം കൃഷിസ്ഥലത്ത് ഒന്നാംവട്ട വളപ്രയോഗം നടത്തേണ്ടതാണ്. തൈത്തടത്തിന് 2-3 അടി ചുറ്റുപാടുമായി കളകളുണ്ടെ

ങ്കിൽ നീക്കം ചെയ്ത് എൻ പി കെ മിക്സചർ തൈ ഒന്നിന് 250 കി ഗ്രാം എന്ന അളവിൽ വിതറി മണ്ണിളക്കിയിടേണ്ടതാണ്. ആദ്യ 4 വർഷങ്ങളി ലേക്കുള്ള വളപ്രയോഗം താഴെ കൊടുക്കുന്നു.

N P K 10:10:4:1.5 മിക്സർ

രണ്ടാം വർഷം ഏപ്രിൽ, മെയ് 400 ഗ്രാം

സെപ്തംബർ, ഒക്ടോബർ - 400 ഗ്രാം

മൂന്നാം വർഷം - ഏപ്രിൽ മെയ് - 450 ഗ്രാം

സെപ്തംബർ, ഒക്ടോബർ - 450 ഗ്രാം

നാലാം വർഷം - ഏപ്രിൽ, മെയ് - 450 ഗ്രാം

സെപ്തംബർ, ഒക്ടോബർ - 450 ഗ്രാം

പ്ലാന്റ് ചെയ്തതിന്റെ ആദ്യ വർഷം ഡിസംബർ - ജനുവരി മാസ ങ്ങളിൽ താഴെ തട്ട് ഇല കൊഴിഞ്ഞ് തണ്ടിൽ ബ്രൗൺ നിറം ആയി ട്ടുണ്ടെങ്കിൽ ചൈനാ ക്ലേ ലായനിയാക്കി ആ ഭാഗത്ത് ബ്രഷ് ഉപയോ ഗിച്ച് ചുറ്റിലും പുരട്ടിക്കൊടുത്ത് സൂര്യാഘാതത്തിൽനിന്നും തൈയെ രക്ഷിക്കാവുന്നതാണ്. തുടർന്നുള്ള വർഷങ്ങളിലും തണ്ടിൽ ബ്രൗൺ നിറ മായ ഭാഗങ്ങളിൽ ഇതുപോലെ ജനുവരിമാസം ചെയ്യേണ്ടതാണ്. 4 വർഷം വളർച്ചയെത്തുമ്പോൾ നല്ലതുപോലെ രൂപപ്പെട്ടാൽ തൈയുടെ തണൽതന്നെ സൂര്യാഘാതത്തിൽ നിന്നും തൈ തണ്ടിനെ (മരത്തിനെ) രക്ഷിച്ചുകൊള്ളും. എന്നാൽ റോഡ് സൈഡിലും തുറസ്സായ സ്ഥലങ്ങ ളിലും നില്ക്കുന്ന തൈകളെ ചൈനാക്ലേ ലായിനി പുരട്ടി സംരക്ഷിക്കേ ണ്ടതാണ്.

രണ്ടു വർഷം പ്രായമാകുമ്പോൾ തൈകളിൽ ശാഖകൾ വളർന്നു തുടങ്ങും. അങ്ങനെ വളരാനുള്ള തൈകൾ ഉണ്ടെങ്കിൽ അത് കണ്ടുപി ടിച്ച് തൈയും അഗ്രഭാഗത്തെ ഇലകളും കൂട്ടിച്ചേർത്ത് റബ്ബർ ബാൻഡ് ഉപയോഗിച്ച് ക്ലിപ്പ് ചെയ്താൽ അവിടെനിന്നും ശാഖകൾ പൊട്ടിമുളയ്ക്കു ന്നതു കാണാം. പിന്നീട് ക്ലിപ് എടുത്തു മാറ്റാം. ഇങ്ങനെ ചെയ്യുമ്പോൾ മുകളിലേക്കുള്ള പ്രധാന മുകുളം ഒടിഞ്ഞുപോകാതെ ശ്രദ്ധിക്കേണ്ടതാ ണ്. പത്തടി ഉയരം മുതൽ ശാഖകൾ വളരേണ്ടതാണ്. അതിനു താഴെ മുളയ്ക്കുന്ന ശിഖരങ്ങൾ മുറിച്ചു മാറ്റേണ്ടതാണ്. മഴക്കാലം മുഴുവനായും മാസത്തിൽ ഒരു പ്രാവശ്യം ഒരു ശതമാനം വീര്യമുള്ള ബോഡോ മിശ്രിതം ഇലകളിൽ തളിക്കണം. തൈയുടെ ചുവട്ടിൽ ചെയ്യുന്ന വളപ്രയോഗ ത്തിനു പുറമേ ഇലകൾ നല്ലതുപോലെ തഴച്ച് വളരുന്നതിന് ഒരു ശത മാനം വീര്യത്തിൽ യൂറിയ തളിച്ചു കൊടുക്കാവുന്നതാണ്. ഇത് ആദ്യ 2 വർഷം ചെയ്യാവുന്നതാണ്. ആദ്യ 2 വർഷം നാപ്സാക് (Knapsack) മെഷീൻ ഉപയോഗിച്ച് സ്പ്രേയിങ് നടത്താം. പിന്നീട് തൈകളുടെ ഉയരം വർദ്ധിക്കുന്നതിനാൽ റോക്കർ സ്പ്രേയർ ഉപയോഗിക്കേണ്ടതായി വരും. 4 വർഷം കഴിയുമ്പോൾ നല്ല കാനപ്പി (ഇലച്ചാർത്ത്)രൂപപ്പെട്ടു കഴിയു മ്പോൾ മിനി മൈക്രോൺ ഉപയോഗിച്ച് തളിച്ചുകൊടുക്കേണ്ടിവരും.

പിങ്കുരോഗവും നിവാരണമാർഗ്ഗങ്ങളും

റബ്ബർ കൃഷിയിൽ വ്യാപകമായി കണ്ടുവരുന്ന രോഗമാണ് പിങ്കു രോഗം അഥവാ ചീക്കു രോഗം.

കോർട്ടീസിയം സാൽമോണികോളർ (Cortesium Salmony Color) എന്ന ഫംഗസിന്റെ പ്രവർത്തന ഫലമായുണ്ടാകുന്ന ഒരുതരം ഗുരുതര രോഗമാണിത്. 2 വർഷം പ്രായമെത്തുമ്പോൾ മുതൽ ഈ രോഗവ്യാപനം കണ്ടുതുടങ്ങുന്നു. ആരംഭത്തിൽത്തന്നെ കണ്ടു പ്രതിരോധം നടത്തിയില്ലെങ്കിൽ ഒരു തോട്ടത്തെ അപ്പാടെ നശിപ്പിക്കാൻ ഈ രോഗത്തിന് കഴിയും.

1870 ൽ ശ്രീലങ്കയിലെ കാപ്പിത്തോട്ടങ്ങളിലാണ് ഈ രോഗം ആദ്യമായി റിപ്പോർട്ട് ചെയ്യപ്പെട്ടത്. പിന്നീട് 1901 ൽ "ജാവ" എന്ന സ്ഥലത്തും ഈ രോഗം റിപ്പോർട്ട് ചെയ്തിട്ടുണ്ട് (ഹീവിയ ഇനത്തിൽപ്പെട്ട മരങ്ങളിൽ). 1908 ൽ തെക്കെ ഇന്ത്യയിലും, അതായത് തിരുവിതാംകൂർ, കൊച്ചി മേഖലയിലും ഈ രോഗം കാണുകയുണ്ടായി. ഇപ്പോൾ ഇന്ത്യയിലെ എല്ലാ റബ്ബർ തോട്ടങ്ങളിലും ഈ രോഗം കാണപ്പെടുന്നു. കന്യാകുമാരിയിൽ റബ്ബർ കൃഷി ചെയ്യുന്ന മേഖലകളിൽ ഈ രോഗം കുറഞ്ഞതോതിലാണ് അനുഭവപ്പെടുന്നത്.

ഇന്ത്യയിൽ ഈ രോഗവ്യാപനം കാലവർഷക്കാലത്ത് നടക്കുന്നു. അതായത് ജൂൺ-സെപ്തംബർ മാസങ്ങളിൽ മരങ്ങളിൽ അധികമായി ഈർപ്പം നിലനില്ക്കുന്നതിനാൽ കോർട്ടീസിയം സാൽമോണി കോളർ ഫംഗസ് വളരുകയും മഴ കുറയുന്ന സെപ്തംബർ മാസം മുതൽ മരങ്ങളിൽ രോഗം പിടിപെട്ടതായി കാണപ്പെടുകയും ചെയ്യുന്നു. കന്യാകുമാരി ജില്ലയിൽ തെക്കുപടിഞ്ഞാറൻ കാലവർഷം ശക്തികുറഞ്ഞിരിക്കുകയും തൽഫലമായി മരങ്ങളിൽ താരതമ്യേന ഈർപ്പം കുറവായിരിക്കുകയും ചെയ്യുന്നതിനാലാണ് ആ പ്രദേശങ്ങളിൽ രോഗ കാഠിന്യം കുറഞ്ഞുകാണുന്നത്.

പിങ്കുരോഗം

ഈ രോഗത്തെ പ്രധാനമായി 3 സ്റ്റേജുകളിലായി തിരിച്ചറിയാം.

1. കോബ്-വെബ് സ്റ്റേജ് (ചിലന്തിവലപോലെ) തടിയിലോ ശിഖരങ്ങളിലോ, ശിഖരങ്ങൾ തിരിയുന്ന കവരം മുതൽ ശിഖരങ്ങളിലേക്കും താഴെ തടിയിലേക്കും ചിലന്തിവലപോലെ കാണപ്പെടും. നനവുള്ള സമയം ഇത് കാണുക ബുദ്ധിമുട്ടാണ്. എന്നാൽ തെളിഞ്ഞ കാലാവസ്ഥയിൽ പ്രകടമായി കാണുന്നു.

2. പസ്റ്റുലർ സ്റ്റേജ് (പസ്റ്റുലർ) ഈ അവസ്ഥ രോഗം കുറെക്കൂടെ ആഴത്തിലേക്ക് വ്യാപിച്ചിരിക്കുന്നു എന്ന് മനസ്സിലാക്കാം. ചിലന്തിവലപോലെ കണ്ടഭാഗങ്ങളിൽ പിങ്കുനിറത്തിൽ റബ്ബർ കലർന്ന ദ്രാവകം പൊട്ടിപ്പുറത്തുവരുന്നു. ഈ ഭാഗങ്ങളിൽ അങ്ങിങ്ങായി പട്ട വിണ്ടുകീറിയും കാണപ്പെടുന്നു. ഇത്രയും ആകുമ്പോൾ പുറമെ അടയാളങ്ങൾ പ്രത്യക്ഷപ്പെടുന്നതിന് താഴേക്കും മുകളിലേക്കും ഒരടിയോളം പട്ടയ്ക്കുള്ളിൽ രോഗ കാരണമായ ഫംഗസ് ആഴ്ന്നിറങ്ങിയിരിക്കും. തുടർന്ന് രോഗം ബാധിച്ച മരത്തിന്റെ ഇലകൾ വാടിത്തുടങ്ങുന്നു.

3. നെക്രോറ്റർ സ്റ്റേജ് (നെക്രോറ്റർ)

ഈ സമയം രോഗം അതിന്റെ മൂർദ്ധന്യത്തിലെത്തിയിരിക്കും. പട്ടയിൽ മുഴുവനായി വ്യാപിച്ച് ജലാംശവും പോഷകങ്ങളും ആഗിരണം ചെയ്യേണ്ട കോശങ്ങൾ നിർജ്ജീവമാകുകയും ചെയ്തിരിക്കും. കൂടാതെ രോഗബാധ കണ്ടതിന് താഴെയായി തടിയിൽ അനേകം ചെറുശിഖരങ്ങൾ വളർന്നു തുടങ്ങുകയും ചെയ്യുന്നു. രോഗബാധയുണ്ടായ ശിഖരങ്ങളിലെ ഇലയും ചില്ലയും ഉണങ്ങി പിങ്കു നിറത്തിലായിക്കഴിഞ്ഞിരിക്കും.

രോഗനിയന്ത്രണം

സെപ്തംബർ മാസം മുതൽ ഡിസംബർ മാസം വരെ തോട്ടത്തിൽ വ്യാപകനിരീക്ഷണം ആവശ്യമാണ്. ഒന്നാമത്തെ സ്റ്റേജായ 'കോബ് വെബ്' സ്റ്റേജിൽ മരത്തിൽ പൂപ്പൽ പോലെയോ ചിലന്തിവലപോലെയോ

കാണുന്ന ഭാഗം ബോർഡോമിക്സർ തളിച്ചശേഷം ആ ഭാഗത്തുള്ള പുറം ചട്ട ചുരണ്ടി മാറ്റണം. ചുരണ്ടി വീഴുന്ന പൊടിയും പട്ടയും മരത്തിന്റെ ചുവട്ടിലോ തോട്ടത്തിലോ വീണുകിടക്കാനിടയാകാതെ കത്തിച്ചു കളയണം. ചുരണ്ടിയ ഭാഗത്ത് ബോർഡോ കുഴമ്പ് ഉണ്ടാക്കി ബ്രഷ് ഉപയോഗിച്ച് തേച്ചുപിടിപ്പിക്കണം. പട്ട ചുരണ്ടുമ്പോൾ രോഗലക്ഷണങ്ങൾ കണ്ട സ്ഥലത്തുനിന്നും ഒരടി താഴേക്കും മുകളിലേക്കും കൂടി പട്ട ചുരണ്ടി മരുന്നുതേയ്ക്കുന്നത് ആ ഭാഗത്തേക്ക് രോഗം പടർന്നിട്ടുണ്ടെങ്കിൽ അതിനെ പ്രതിരോധിക്കാൻ സഹായകമാകും. കൂടാതെ 0.2 ശതമാനം 'തൈറൈഡ്' പെട്രോളിയം ഉല്പന്നമായ 'ട്രീസിൽ', മഹാതോട്ടക്സ്, റബ്ബർ കോട്ട് ഇതിൽ ഏതെങ്കിലും ഒന്നുമായി കലർത്തി ചുരണ്ടിയ ഭാഗത്ത് തേച്ചുകൊടുത്തും രോഗനിയന്ത്രണം വരുത്താം. രണ്ടാം സ്റ്റേജായ പസ്റ്റുലർ സ്റ്റേജിലും ഇതേ രീതിയിൽ പ്രതിരോധ പ്രവർത്തനം നടത്താവുന്നതാണ്. മൂന്നാമത്തെ സ്റ്റേജായ നെക്രോറ്റർ അവസ്ഥയിലാണ് മരമെങ്കിൽ രോഗം വ്യാപിച്ചതിന് അല്പം താഴെ വച്ചു മുറിച്ചു മാറ്റി ഉടനെ കത്തിച്ചു കളയേണ്ടതും കുറിയ ഭാഗത്തും അല്പം താഴേക്കും മുകളിൽ വിവരിച്ചതിലേതെങ്കിലും ഒരു പ്രതിരോധ രാസമരുന്ന് തേച്ചു കൊടുക്കേണ്ടതാണ്.

മുറിച്ചു മാറ്റിയതിൽ താഴെ മുളച്ചുവരുന്ന ശിഖരങ്ങളിൽ നല്ലതു പോലെ വളർച്ചയുള്ള ഒരു എണ്ണം നിലനിർത്തി ബാക്കിയുള്ളവ ഒരെണ്ണം മുറിച്ചുമാറ്റണം.

രോഗ പ്രതിരോധത്തിനായി തോട്ടത്തിന്റെ എല്ലാഭാഗത്തും നിരന്തരമായ നിരീക്ഷണം അത്യാവശ്യമാണ്. അവഗണിക്കപ്പെട്ടിട്ടുള്ള പല തോട്ടങ്ങളും രോഗബാധയുടെ കാഠിന്യം കാരണം നശിച്ചു പോയിട്ടുണ്ട്. എല്ലാ പ്രായത്തിലുമുള്ള തൈകളിലും മരങ്ങളിലും ഇത് ഉണ്ടാകാറുണ്ടെങ്കിലും 2 വർഷം മുതൽ പ്രായമുള്ള തൈകളിൽ ആണ് അധികമായി രോഗബാധ കാണുന്നത്. വലിയ മരങ്ങളിലും അങ്ങിങ്ങായി കാണാറുണ്ടെങ്കിലും അതിന് അധിക പരിചരണം ആവശ്യമില്ല. വ്യവസായ പ്രാധാന്യമുള്ള കാപ്പി, തേയില, കൊക്കോ, മാവ്, കശുവണ്ടി, ഓറഞ്ച്, കുന്തിരിക്കമരം, സിങ്കോണ, യൂക്കാലിപ്റ്റസ് മുതലായ വൃക്ഷങ്ങളിലും പിങ്ക് രോഗം കണ്ടു വരുന്നു. നാടൻ കർഷകർ ഇതിനെ ചീക്ക് രോഗമെന്നാണ് പറയുന്നത്. റബ്ബർ തോട്ടങ്ങളിലും മറ്റും ഒരിക്കൽ കാണപ്പെടുന്ന രോഗകാരണമായ കോർട്ടീസിയം സാൽമോണികോളർ ഫംഗൽസ് മണ്ണിലും മറ്റ് സസ്യങ്ങളിലും എപ്പോൾ വേണമെങ്കിലും അനുകൂലകാലാവസ്ഥയിൽ (മഴക്കാലം) വ്യാപിക്കത്തക്ക രീതിയിൽ സജീവമായിരിക്കും. ഇന്ന് ലോകമെമ്പാടുമുള്ള റബ്ബർ പ്ലാന്റേഷനുകളിൽ ഏറിയും കുറഞ്ഞും ഇവ കണ്ടു വരുന്നു. മുൻകൂട്ടിയുള്ള കരുതൽ നടപടി ഏറക്കുറെ അസാദ്ധ്യമാണ്. നിരന്തര നിരീക്ഷണങ്ങളിലൂടെ കണ്ടുപിടിച്ച് മുകളിൽ പറഞ്ഞ രീതിയിൽ നിയന്ത്രണവിധേയമാക്കുകയാണ് സ്വീകാര്യമായ മാർഗ്ഗം.

റബ്ബർ പ്ലാന്റേഷനിൽ ഇടവിള കൃഷി

റബ്ബർ തൈകൾ നടുന്ന ആദ്യ 2 വർഷങ്ങളിൽ താഴെ പറയുന്ന വാർഷിക കൃഷി ഇടവിളയായി നടത്താവുന്നതാണ്.

1. ഏത്തവാഴ
2. കൈതച്ചക്ക
3. ഇഞ്ചി

ഈ മൂന്നു കൃഷികളിലൂടെ ആദ്യവർഷങ്ങളിൽ റബ്ബർ കൃഷിയിൽ മുടക്കിയ 50 ശതമാനം ചെലവ് തിരിച്ചു പിടിക്കാവുന്നതാണ്. കൂടാതെ രണ്ടു തട്ടുകൾക്ക് ഇടയിലായി മേൽപറഞ്ഞ കൃഷിക്ക് ഉപയോഗിക്കുന്ന വളത്തിന്റെ നല്ല ഒരു ഭാഗം കൃഷിഭൂമിയെ ഫലഭൂയിഷ്ഠമാക്കുന്നു. എന്നാൽ കൈത, ഇഞ്ചി തുടങ്ങി ഇലക്കൃഷി ചെയ്യുന്ന സ്ഥലങ്ങളിൽ ആവരണ വിളയായ പ്യൂരേറിയ, മ്യുക്കുണ എന്നിവ കൃഷി ചെയ്യാൻ സാധിക്കുന്നതല്ല. എന്നാൽ ഏത്തവാഴകൾ നടുന്നതിന് നല്ല ഇട അകലം ഉള്ളതിനാൽ ആവരണ കൃഷിയും നടത്താവുന്നതാണ്. ഇടവിള കൃഷി ചെയ്യുന്ന തോട്ടങ്ങളിൽ താരതമ്യേന വളർച്ച കൂടുതലായിരിക്കുന്നതിനാൽ ഒരു വർഷം നേരത്തേ ടാപ്പിങ് തുടങ്ങാൻ സാധിക്കുന്നതാണ്. വിള വെടുപ്പു കഴിഞ്ഞു കിട്ടുന്ന വാഴയുടെ ഭാഗങ്ങൾ നല്ല രീതിയിൽ പുതയിടാനും (Mulch) ചെയ്യാനും പ്രയോജനപ്പെടുന്നു. പിന്നീട് ഇവ ദ്രവിച്ച് മണ്ണിൽ കമ്പോസ്റ്റുമാതൃകയിൽ വള ലഭ്യതയുണ്ടാക്കുന്നു. ഈ കൃഷികൾ ഉടമയ്ക്ക് തന്നെ നേരിട്ടു നടത്തുകയോ പാട്ടത്തിന് കൊടുത്ത് നടത്തുകയോ ചെയ്യാവുന്നതാണ്. പാട്ടത്തിന് കൊടുത്തുള്ള കൃഷിയാണ് ഏറെ ആദായകരം. പാട്ടത്തിന് സ്ഥലമെടുക്കുന്ന വ്യക്തികളെ തൈകളുടെ സംരക്ഷണച്ചുമതലയും ഏല്പിക്കാവുന്നതാണ്.

പൈനാപ്പിൾ ഇടവിളകൃഷി

ഈ വിധം ഇടവിള കൃഷി ചെയ്യുമ്പോൾ തോട്ടത്തിൽ കളവെട്ടാനായി ചെലവിടേണ്ടതായി വരുന്ന ചെലവും ഒഴിവാക്കാനാകുന്നതാണ്. തോട്ടം ഈ വിധ കൃഷിക്ക് പാട്ടത്തിന് കൊടുക്കുമ്പോൾ മൃഗങ്ങളിൽ നിന്നും ഉണ്ടാകാവുന്ന ശല്യവും തീ പിടിത്തവും പാട്ടക്കർഷകർ തന്നെ നിയന്ത്രിക്കുന്നതിനാൽ തൈകൾ സുരക്ഷിതമായിരിക്കും എന്നും ഉറപ്പിക്കാം. വാഴ കൃഷി കാരണം തൈകളിൽ കനത്ത വെയിലേല്ക്കുന്നതും തടയാനാകും. എന്നാൽ കൈത, ഇഞ്ചി എന്നിവയാണ് കൃഷി ചെയ്യുന്നതെങ്കിൽ വേനൽക്കാല തൈ സംരക്ഷണത്തിന് ചൈനാ ക്ലേ ലായനി പുരട്ടേണ്ടി വരും. ഈ ജോലിയും സ്ഥലം പാട്ടത്തിനെടുത്തവരെത്തന്നെ ചുമതലപ്പെടുത്താവുന്നതാണ്.

കളനിയന്ത്രണം

ആവരണ വിള വളർച്ചയെത്തിയിട്ടില്ലെങ്കിൽ കള കൈകൊണ്ട് നീക്കം ചെയ്യേണ്ടതാണ്. ഇടമഴ കിട്ടിത്തുടങ്ങുന്ന ഏപ്രിൽ മാസം മുതൽ കളകൾ വളരാൻ തുടങ്ങുന്നു. മേയ്മാസമാകുമ്പോഴേക്കും ഒരു റൗണ്ട് കള നീക്കം ചെയ്യേണ്ടതായി വരും. ഇങ്ങനെ മാറ്റുന്ന കളകൾ തൈയുടെ ചുവട്ടിൽ, എന്നാൽ തൈയുടെ പട്ടയിൽ തൊടാതെ അല്പം അകലെ ഇട്ട് പുതയിടാവുന്നതാണ്.

തുടർന്നുണ്ടായ മാസങ്ങളിൽ മഴ ശക്തി പ്രാപിക്കുമ്പോൾ കളയുടെ വളർച്ചയും അധികരിക്കും. 2 മാസത്തിലൊരിക്കൽ കള വെട്ടിയിടേണ്ട താണ്. അവ മണ്ണിൽ തന്നെ അഴുകി വളമായി മാറിക്കൊള്ളും. സെപ്തം ബർ - ഒക്ടോബർ മാസം മുതൽ ഇടക്കാട് വെട്ടുന്നത് തൈ തടത്തിൽ ചൂട് ഏല്ക്കാതിരിക്കാനായി പുതയിടാവുന്നതാണ്. തൈയുടെ തടം കള ചെത്തി മാറ്റി വൃത്തിയാക്കണം.

ഗ്രാമക്സോൺ, 2-4 ഡി സോഡിയം, റൗണ്ടപ്പ് എന്നിങ്ങനെ പല പേരുകളിൽ കളനാശിനികൾ മാർക്കറ്റിൽ ലഭ്യമാണ്. എന്നാൽ ഇവ കള കളെ താൽക്കാലികമായി നശിപ്പിക്കുമെങ്കിലും മണ്ണിലെ മൈക്രോ ഓർഗാ നിസം, മണ്ണിനെ ഫലഭൂയിഷ്ഠമാക്കുന്ന സൂക്ഷ്മ ജീവികൾ, മണ്ണിര എന്നിവ നശിച്ചു പോകാൻ സാദ്ധ്യതയുള്ളതിനാൽ ഈ വിധ കള നിർമ്മാർജ്ജന രീതികൾ അഭികാമ്യമല്ല. ഈ വക രാസവസ്തുക്കളുടെ പ്രയോഗം തൊഴിലാളികളെയും ആവാസ വ്യവസ്ഥയെയും ദോഷകര മായി ബാധിക്കാനും സാദ്ധ്യത ഏറെയാണ്.

തൈ നട്ട് ആദ്യത്തെ ഒന്ന് രണ്ട് വർഷങ്ങളിലായി രോഗങ്ങൾ, വരൾച്ച, മൃഗങ്ങളുടെ ശല്യം എന്നിവയാൽ തൈകൾ നഷ്ടപ്പെടാൻ സാദ്ധ്യ തയുള്ളതിനാൽ കുറച്ചു തൈകൾ നഴ്സറിയിൽ കരുതുന്നത് നല്ലതാണ്.

കൃത്യമായ പരിപാലനം നടത്തിയാൽ 10 ശതമാനത്തിൽ കൂടുതലായി നഷ്ടം സംഭവിക്കാറില്ല. 2 വർഷത്തിനുശേഷം ഇടപോക്കൽ പ്രായോഗികമല്ല. കാരണം തൈകളുടെ വളർച്ചയിലുണ്ടാകുന്ന വ്യത്യാസം കാരണം 2 വർഷങ്ങൾക്ക് ശേഷം ഇട പോക്കുന്ന തൈകൾ വളർച്ച പ്രാപിക്കുന്നില്ല എന്ന് കാണാം. ഒരു ഹെക്ടറിൽ 500 ൽ കുറയാതെ തൈകൾ വളർത്താൻ ശ്രദ്ധിക്കണം. അതിൽ കൂടാനും പാടില്ല. തൈ നട്ട് നല്ല പരിചരണത്തിലൂടെ 6-7 വർഷം കൊണ്ട് ടാപ്പിങ് നടത്താൻ സാധിക്കും. ഒരു തോട്ടത്തിൽ വളരുന്ന തൈയിൽ 20 ഇഞ്ച് ചുറ്റളവ് ലഭിക്കുമ്പോൾ എഴുപത്തഞ്ച് ശതമാനം തൈകളുടെ ടാപ്പിങ് ആരംഭിക്കാവുന്നതാണ്. ബാക്കിയുള്ളവ അടുത്ത വർഷത്തോടെ ടാപ്പിങ് ചുറ്റളവ് കൈവരിക്കുന്നതാണ്. എന്നാൽ 6-7 വർഷങ്ങൾ കഴിഞ്ഞും വളരെ വണ്ണം കുറഞ്ഞതായി കാണുന്ന തൈകൾ മാറ്റേണ്ടതാണ്. കാനപ്പി (ഇലച്ചേർത്ത്) വന്നു കഴിഞ്ഞാൽ ഇത്തരം ചെറുതൈകൾ വളർച്ചയില്ലാതെ അവശേഷിക്കുകയും മറ്റ് മരങ്ങൾക്ക് ലഭിക്കേണ്ട കുറേ വളം ഇവ വലിച്ചെടുക്കുകയും ചെയ്യും. ടാപ്പിങ് തുടങ്ങി 2 വർഷത്തിനുള്ളിൽ ഒരു ഹെക്ടറിൽ 500 മരങ്ങൾ നിശ്ചിത വണ്ണം എത്തുന്നതായി ഉറപ്പുവരുത്തണം.

റബ്ബറിനാവശ്യമായ പോഷകങ്ങളും വളപ്രയോഗവും

വിവിധ ഇനം പോഷകങ്ങളുടെയും അവയുടെ തരംതിരിച്ചുള്ള ആവശ്യകതയും താഴെ പറയുന്നു. അത്യാവശ്യ പോഷണങ്ങളെ മാക്രോ ന്യൂട്രിയൻസ്, മൈക്രോ ന്യൂട്രിയൻസ് എന്നിങ്ങനെ രണ്ടായി തരംതിരിക്കാം.

മാക്രോ ന്യൂട്രിയൻസ്

കാർബൺ, ഹൈഡ്രജൻ, ഓക്സിജൻ, നൈട്രജൻ, ഫോസ്ഫറസ്, പൊട്ടാസ്യം, കാത്സ്യം, മഗ്നീഷ്യം, സൾഫർ (ഗന്ധകം).

മൈക്രോ ന്യൂട്രിയൻസ്

ഇരുമ്പ്, ചെമ്പ്, നാഗം, മാംഗനീസ്,
കോപ്പർ, സിങ്ക്, മോളിഡനം, ബോറോൺ,
ക്ലോറിൻ എന്നിവ.

കാർബൺ, ഹൈഡ്രജൻ, ഓക്സിജൻ എന്നിവ വായു, ജലം എന്നിവയിലൂടെ തൈകൾക്ക് ലഭിക്കുന്നു. ബാക്കി മാക്രോ ന്യൂട്രിയൻസ് മണ്ണിൽ അടങ്ങിയിരിക്കുന്നു. എന്നാൽ നൈട്രജൻ, ഫോസ്ഫറസ്, പൊട്ടാസ്യം എന്നിവ ആവശ്യാനുസരണം മണ്ണിൽ ലഭ്യമല്ലാത്തതിനാൽ ഇവ മണ്ണിൽ വളമായി ചേർത്തുകൊടുക്കേണ്ടതാണ്.

മൈക്രോ ന്യൂട്രിയൻസ് ഘടകങ്ങൾ മിക്കതും മണ്ണിൽ തന്നെയുള്ളവയായിരിക്കും.

കേരളത്തിൽ മലബാർ, കർണ്ണാടകയിൽ സൗത്ത് കാനറാ, മഹാരാഷ്ട്രയിൽ കൊങ്കൺ ഏരിയ ആന്തമാൻ നിക്കോബാർ ദ്വീപ്, തമിഴ്നാട്ടിലെ കന്യാകുമാരി ജില്ല എന്നിവിടങ്ങളിലെ മണ്ണിൽ മഗ്നീഷ്യത്തിന്റെ

അളവ് ധാരാളമായി കണ്ടുവരുന്നു. ഈ പ്രദേശങ്ങളിൽ മഗ്നീഷ്യം പ്രത്യേകമായി മണ്ണിൽ ചേർത്തു കൊടുക്കേണ്ടതായി വരുന്നില്ല.

അത്യാവശ്യ പോഷക ഘടകങ്ങളുടെ കുറവ് മനസ്സിലാക്കുന്നതിനുള്ള ലക്ഷണങ്ങൾ താഴെ വിവരിക്കുന്നു.

നൈട്രജൻ

നൈട്രജന്റെ കുറവു കാരണം തൈകളുടെ വളർച്ച മുരടിക്കുകയും ഇലകളുടെ വലിപ്പവും എണ്ണവും കുറയുകയും ചെയ്യുന്നു. ആരംഭത്തിൽ ഇലയുടെ സ്വാഭാവിക പച്ചനിറം കുറയുകയും ക്രമേണ മഞ്ഞനിറം രൂപപ്പെടുകയും ചെയ്യുന്നു. വലിയ മരങ്ങളിലും ഇലയിൽ ഈ പറഞ്ഞ വ്യതിയാനം പ്രകടമാകുകയും ആ അവസ്ഥയിൽ മരങ്ങൾ വണ്ണം വയ്ക്കുന്നത് നിലയ്ക്കുകയും ഉല്പാദനത്തിൽ ഗണ്യമായ കുറവ് അനുഭവപ്പെടുകയും ചെയ്യുന്നതായി കാണുന്നു.

ഫോസ്ഫറസ്

ഇതിന്റെ കുറവ് വലിയ മരങ്ങളിൽ അത്ര കണ്ട് പ്രകടമാകുന്നില്ല. എന്നാൽ ഉല്പാദനത്തിൽ കുറവ് അനുഭവപ്പെടുന്നു. ചെറുതൈകളിൽ മദ്ധ്യ ഭാഗത്തും അഗ്രഭാഗത്തുമുള്ള ഇലകൾ അകാലത്തിൽ കൊഴിഞ്ഞുപോകുന്നതായി കാണുന്നു. ടാപ്പിങ് മരങ്ങളുടെ (വെയിലേൽക്കുന്ന ഭാഗങ്ങളിൽ നിന്നും) ഇലശേഖരിച്ച് ലാബിൽ പരിശോധിച്ചാൽ ഈ കുറവു കണ്ടുപിടിക്കാൻ സാധിക്കുന്നതാണ്.

പൊട്ടാസ്യം

പ്രാരംഭ ഘട്ടത്തിൽ ഇലയുടെ അരികും അഗ്രവും ഉണങ്ങുന്നതായി കാണുന്നു. ക്രമേണ ഇല മഞ്ഞ നിറമായി മാറുന്നു. ഈ അവസ്ഥ ആഗസ്ത് മാസങ്ങൾക്കു ശേഷമാണ് മരത്തിൽ പ്രകടമാകുന്നത്. ഉല്പാദനക്കുറവും അനുഭവപ്പെടും.

മഗ്നീഷ്യം

ഇലകളുടെ പ്രധാന ഞരമ്പുകളിൽ മഞ്ഞ നിറം കാണുകയും ഇലയുടെ പച്ച ഭാഗങ്ങൾ നഷ്ടപ്പെട്ട് ഇല ഞരമ്പുകൾ അസ്ഥികൂടം പോലെ ആകുകയും ചെയ്യുന്നതായി കാണാം. ഇത് കൂടുതലായി കാണുന്നത് വെയിൽ ഏല്ക്കുന്ന ഭാഗങ്ങളിൽ വളരുന്ന ഇലകളിലായിരിക്കും. തൈകളുടേയും മരത്തിന്റെയും ഇലകളിൽ പച്ചനിറം നഷ്ടപ്പെടുമ്പോൾ മരത്തിനു വേണ്ട ആഹാരപോഷണങ്ങളുടെ നിർമ്മാണം (ഫോട്ടോസിന്തസിസ്) നിലയ്ക്കുകയും തൈകൾക്ക് ഉല്പാദനക്കുറവും വളർച്ചക്കുറവും സംഭവിക്കുകയും ചെയ്യുന്നു.

കാത്സ്യം

കാത്സ്യത്തിന്റെ കുറവ് മരത്തിന്റെ കോശങ്ങളുടെ വളർച്ചയെ ബാധിക്കുന്നു. മണ്ണിൽ നിന്നും ജലാംശവും വളവും വലിച്ചെടുത്ത് മരത്തിന്റെ വിവിധ ഭാഗങ്ങളിൽ എത്തിക്കുന്ന വേരുകളുടെ വളർച്ചയെയും പ്രവർത്തനത്തെയും തടസ്സപ്പെടുത്തുകയും മരത്തിന്റെ വളർച്ച മുരടിക്കുകയും ചെയ്യുന്നു. ഉല്പാദന നഷ്ടം എടുത്തുപറയേണ്ടതില്ലല്ലോ.

ഈ മൂലകങ്ങളുടെ ഒക്കെയും ഏറ്റക്കുറച്ചിലുകൾ ഉല്പാദനക്ഷമത ബാധിക്കുന്നതാകയാൽ കൃത്യമായ അനുപാതത്തിൽ എൻ പി കെ മിശ്രിതം തയ്യാറാക്കി വർഷത്തിൽ 2 പ്രാവശ്യമായി വളപ്രയോഗം നടത്തേണ്ടതാണ്. ഇടവിട്ട വർഷങ്ങളിൽ മണ്ണും, ഇലയും കാർഷിക ലാബിൽ പരിശോധിച്ച് ആവശ്യമായ അളവിൽ ഓരോ ഘടകങ്ങളും മണ്ണിൽ ചേർത്തുകൊടുക്കേണ്ടതാണ്.

എൻ പി കെ മിശ്രിതം തയ്യാറാക്കുന്നവിധം

നൈട്രജൻ, ഫോസ്ഫറസ്, പൊട്ടാഷ് ഇവ അടങ്ങിയ മിശ്രിതമാണ് എൻ പി കെ.

4 വർഷം വരെയുള്ള തൈകൾക്ക് നല്കേണ്ടത് എൻ പി കെ 10:10:4:1.5 മിശ്രിതമാണ്.

ഇത് തയ്യാറാക്കുന്നവിധം താഴെ വിവരിക്കുന്നു.

1.	അമോണിയം സൾഫേറ്റ് 48.5 കി ഗ്രാം	റോക്ക് ഫോസ്ഫേറ്റ് 34.5 കി ഗ്രാം	മ്യൂറേറ്റ് ഓഫ് പൊട്ടാഷ് 7.00 കി ഗ്രാം	മഗ്നീഷ്യം സൾഫേറ്റ് 10.00 കി ഗ്രാം
2.	അമോണിയം സൾഫേറ്റ് നൈട്രേറ്റ് 39.00 കി ഗ്രാം	മസൂറി റോക്ക് ഫോസ്ഫേറ്റ് 46. കി ഗ്രാം	മ്യൂറേറ്റ് ഓഫ് പൊട്ടാഷ് 7.00 കി ഗ്രാം	മഗ്നീഷ്യം സൾഫേറ്റ് ഫിൽറ്റർ 5.0 + 3.0 കി ഗ്രാം

മുകളിൽ കാണിച്ചിരിക്കുന്നതിൽ ഏതെങ്കിലും ഒന്ന് മതിയാകും.

100 കിലോ മിശ്രിതത്തിനു വേണ്ടിയുള്ള അളവുകളാണ് രേഖപ്പെടുത്തിയിരിക്കുന്നത്. 5-ാം വർഷം മുതൽ ഏതു പ്രായത്തിലുമുള്ള റബ്ബറിന് അനുയോജ്യമായ മിശ്രിതം തയ്യാറാക്കുന്നതിന്,

1. 15:10:6 എൻ പി കെ

1. യൂറിയ 33.00 കി ഗ്രാം	മസൂറി റോക്ക് ഫോസ്ഫേറ്റ് 57.00 കി ഗ്രാം	മ്യൂറേറ്റ് ഓഫ് പൊട്ടാഷ് 10.00 കി ഗ്രാം = 100 കി ഗ്രാം
2. 12:12:12: എൻ പി 26:00 കി ഗ്രാം	കെ 54.00 കി ഗ്രാം	20.00കി ഗ്രാം = 100 കി ഗ്രാം
3. 10:10:10 എൻ പി അമോണിയം സൾഫേറ്റ് 48.50 കി ഗ്രാം	കെ റോക്ക് ഫോസ്ഫേറ്റ് 34.05 കി ഗ്രാം	മ്യൂറേറ്റ് ഓഫ് പൊട്ടാഷ് 17.00 കി ഗ്രാം = 100 കി ഗ്രാം

ഇതിലേതെങ്കിലും ഒന്ന് വളത്തിന്റെ ലഭ്യത പോലെ തെരഞ്ഞെടുക്കാം.

100 കിലോഗ്രാം വളം നിർമ്മിക്കുന്നതിനാവശ്യമായ മിശ്രിതങ്ങളുടെ അനുപാതമാണ് ടേബിളിൽ കൊടുത്തിട്ടുള്ളത്.

5 വർഷം മുതൽ മരമൊന്നിന് 450 ഗ്രാം മിശ്രിതം - ഏപ്രിൽ -മേയ് മാസങ്ങളിലും 450 ഗ്രാം സെപ്തംബർ - നവംബർ മാസങ്ങളിലുമായി ആകെ വർഷത്തിൽ 900 ഗ്രാം നല്കുന്നതാണ് നല്ലത്. ഇല, മണ്ണ് ഇവയുടെ അടിസ്ഥാനത്തിൽ അധികമായി കൊടുക്കേണ്ടവയും മാറ്റം വരുത്തേണ്ടതുമായ രാസവളങ്ങൾ തെരഞ്ഞെടുക്കാവുന്നതാണ്. 4 വർഷം പ്രായമാകുന്നതു വരെ തൈകളുടെ തടത്തിൽ കള നീക്കം ചെയ്ത് തൈയ്യിൽനിന്നും ആദ്യ വർഷം ഒരടി അകലമിട്ടും അടുത്തവർഷം മുതൽ 2 അടി അകലമിട്ടും വൃത്താകൃതിയിൽ വളം വിതറി മണ്ണിളക്കിയിട്ടു കൊടുക്കേണ്ടതാണ്. ശക്തമായി മഴ പെയ്തുകൊണ്ടിരിക്കുന്ന സമയം ഒഴിവാക്കിമാത്രം വളപ്രയോഗം നടത്തുക. തൈനട്ട് ആദ്യ വർഷം 250 ഗ്രാമും അടുത്ത വർഷം 400 ഗ്രാമും പിന്നീടുള്ള വർഷങ്ങളിൽ തൈ ഒന്നിന് 450 ഗ്രാം വീതവും 2 പ്രാവശ്യങ്ങളിലായി വളം ചെയ്യേണ്ടതാണ്. 4 വർഷങ്ങൾക്കുശേഷം തൈയുടെ അരികിലുള്ള (Lateral roots) വേരുകൾ നിലത്തൊട്ടാകെ പടർന്ന് വളർന്നിരിക്കും. ആയതിനാൽ തടങ്ങളിൽ ഇടുന്നത് ഒഴിവാക്കി തടത്തിന്റെ പിൻഭാഗത്തായി വിതറിക്കൊടുത്താൽ മതിയാകും. ഈ രീതിയെ മിക്സർ ബ്രോഡ് കാസ്റ്റിങ് എന്ന് അറിയപ്പെടുന്നു. ഇതേരീതിയിൽ വളപ്രയോഗവും കൃത്യമായ മറ്റു പരിചരണങ്ങളും നടത്തിയാൽ 6 വർഷം കൊണ്ട് 20 ഇഞ്ച് ചുറ്റുവണ്ണം ലഭിക്കുകയും മരം ടാപ്പിങ് തുടങ്ങാൻ പാകമാകുകയും ചെയ്യും.

മൈക്രോൺ/ഏരിയൽ സ്പ്രേയിങ്ങും ഡസ്റ്റിങ്ങും

പത്ത്-15 മീറ്റർ ഉയരം വളർച്ചയെത്തുന്നതുവരെ മാത്രമേ മിനിമൈക്രോൺ മെഷീൻ ഉപയോഗിച്ച് മരത്തിൽ കുമിൾനാശിനി ലായനികൾ സ്പ്രേ ചെയ്യാൻ സാധിക്കുകയുള്ളൂ. 5-6 വർഷം പ്രായമെത്തുമ്പോൾ 20-25 മീറ്റർ ഉയരത്തിൽ മരങ്ങൾ വളർച്ച പ്രാപിച്ചിരിക്കും. തുടർന്നുള്ള കാലങ്ങളിൽ ഫൈറ്റോഫ് തോറ (ഹെടിക്കുമിൾ രോഗം) രോഗ നിയന്ത്രണത്തിനായി കുറെക്കൂടി പ്രഷർ കൂടിയ ഉപകരണങ്ങളെ ആശ്രയിക്കേണ്ടതായി വരും. 1950- 60 കാലഘട്ടങ്ങളിൽ ഇടത്തരം, വൻകിട തോട്ടങ്ങളിൽ വലിയ മരങ്ങളിൽ സ്പ്രേയിങ് (മരുന്നുതളി) നടത്തുന്നതിനായി ഡി എസ് പി എന്ന് അറിയപ്പെട്ടിരുന്ന ശക്തിയേറിയ പമ്പ് ഉപയോഗിച്ചു വന്നിരുന്നു. ഈ പമ്പുകൾ കൈകൊണ്ടാണ് പ്രവർത്തിപ്പിച്ചിരുന്നത്. വലിയ തടി ഫ്രെയിമിൽ ഉറപ്പിച്ചിരുന്ന പമ്പ് എടുത്തു കൊണ്ടുപോകുന്നതിന് 4 പേരുടെ അദ്ധ്വാനം ആവശ്യമായി വന്നിരുന്നു. കൂടാതെ മിശ്രിതം കലക്കിയെടുക്കുന്നതിനായി വലിയ തടി വീപ്പകളും മെഷീനിൽ ഘടിപ്പിച്ചിട്ടുള്ള, രണ്ടു വശത്തേക്കും നീളുന്ന ഹോസിൽ ഉറപ്പിക്കുന്നതിനായി ചെമ്പ് പൈപ്പ് കല്ലൻ മുളകൾക്കകത്ത് കടത്തി (ശൂലം പോലെ) ഉപയോഗിക്കണമായിരുന്നു.

ഡി എസ് പി പമ്പിൽ ഘടിപ്പിച്ചിട്ടുള്ള സക്ഷൻ ഹോസ് മരുന്ന് (ബോർഡോ മിശ്രിതം) നിറച്ച് വച്ചിട്ടുള്ള മരവീപ്പയിൽ ഇടുന്നു. ഇതിനായി ഉയരം കുറഞ്ഞ വീപ്പകളാണ് ഉപയോഗിച്ചിരുന്നത്. പമ്പിൽ ഘടിപ്പിച്ചിട്ടുള്ള മുൻപോട്ടും പിറകോട്ടും വലിക്കാവുന്ന ഇരുമ്പു ലിവർ മുൻപിലും പിറകിലുമായി 2 പേർ നിന്ന് വലിച്ച് പിസ്റ്റൺ ചലിപ്പിച്ച് പമ്പ് പ്രവർത്തിപ്പിക്കുന്നു. പമ്പിൽ ഫിറ്റുചെയ്തിരിക്കുന്ന സിലിണ്ടറിൽ പ്രവേശിക്കുന്ന മിശ്രിതം പിസ്റ്റൺ (അച്ചുകോൽ) ചലിച്ചുണ്ടാകുന്ന മർദ്ദത്തിന്റെ

ഫലമായി ഹോസുകളിൽ കൂടി ശൂലം പോലെയുള്ള ചെമ്പു പൈപ്പിന്റെ അഗ്രത്തുള്ള ദ്വാരത്തിലൂടെ കണികകളായി വെളിയിൽ വരുന്നു. പമ്പ് വച്ചിരിക്കുന്നത് 2 നിരകളുടെ നടുക്കായിരിക്കും. സൈഡിൽ ഉള്ള ഓരോ നിരയിലുള്ള മരങ്ങളിൽ ഓരോരുത്തരായി കയറി ചെമ്പു പൈപ്പു കടത്തിയിരിക്കുന്ന മുള ലാൻസ് പിടിച്ച് മരങ്ങളുടെ ഇലകളിലേക്ക് മിശ്രിതത്തിന്റെ കണികകൾ എത്തിക്കുന്നു. 2-3 മരങ്ങൾ ഇങ്ങനെ മരുന്നടിച്ചതിനുശേഷം തൊഴിലാളികൾ താഴെ ഇറങ്ങുകയും പമ്പിൽ ജോലി ചെയ്യുന്നവർ പമ്പ് മുൻപോട്ടു നീക്കി വച്ച് മുകളിൽ പറഞ്ഞ രീതിയിൽ പ്രവൃത്തി ആവർത്തിക്കുകയും ചെയ്യുന്നു. ഈ വിധം പമ്പിൽ 2 പേരും മരത്തിൽ 2 പേരും മരുന്ന് ബാരലിലേക്ക് പകർത്താൻ 2 പേരും എന്ന രീതിയിൽ ഒരു പമ്പിന് 6 പേർ ഒരു ദിവസം 8 മണിക്കൂർ പണി എടുത്താൽ ഒരു ഹെക്ടർ സ്പ്രേ ചെയ്യാൻ സാധിക്കും. 8-10 പമ്പുകൾ ഉപയോഗിച്ച് 50 -60 പേർ ഒരു ദിവസം അദ്ധ്വാനിച്ചാൽ മാത്രമേ 10 ഹെക്ടർ മാത്രം മരുന്നു തളിക്കാൻ സാധിക്കുകയുള്ളൂ. അങ്ങനെ 500 ഹെക്ടർ സ്പ്രേ ചെയ്യുന്നതിന് 1 1/2 - 2 മാസം വേണ്ടി വരും. ഇങ്ങനെ സ്പ്രേ ചെയ്യുന്ന മിശ്രിതത്തിന്റെ രോഗപ്രതിരോധശക്തി ഒരു മാസം മത്രമേ നിലനില്ക്കുകയുള്ളൂ. ഇങ്ങനെ മരുന്നു തളിക്കുന്നത് തെക്കുപടിഞ്ഞാറൻ കാലവർഷം തുടങ്ങുന്ന ജൂൺ മാസത്തിന് മുൻപായി തീർക്കേണ്ടതുമുണ്ട്. ഇടയ്ക്ക് മഴ പെയ്യുന്ന ദിവസം പ്രവൃത്തി മുടങ്ങുകയും ചെയ്യും. ഇങ്ങനെ ചെലവേറിയതും ദീർഘകാല അടിസ്ഥാനത്തിലും ചെയ്തു തീർക്കേണ്ട പ്രവൃത്തി മൈക്രോൺ പവർ സ്പ്രേയറും ഹെലികോപ്റ്ററും ഉപയോഗിച്ചാകുമ്പോൾ ചെലവും സമയവും വളരെയേറെ ലാഭിക്കാൻ സാധിക്കുന്നു.

മൈക്രോൺ സ്പ്രേയറാണ് ഉപയോഗിക്കുന്നതെങ്കിൽ 5-6 തൊഴി

ഹെലികോപ്ടർവഴിയുള്ള കീടനാശിനി പ്രയോഗം

ലാളികളെ ഉപയോഗിച്ച് 5-6 ഹെക്ടർ ടാപ്പിങ് പ്രദേശം ഒരു ദിവസം ചെയ്തു തീർക്കാൻ സാധിക്കും. 14-12 ബി ഹെലികോപ്റ്റർ ഉപയോഗിച്ച് 200 ഹെക്ടർ ഒരു ദിവസം മരുന്നുതളിക്കാൻ സാധിക്കും. എന്നാൽ ഹെലി കോപ്റ്റർ വാടകയും ഫ്യൂവൽവിലയും ഹെലികോപ്റ്റർ ക്രൂവിന്റെ ചെലവും കൂടി കണക്കാക്കുമ്പോൾ മൈക്രോൺ സ്പ്രേയിങ്ങാണ് ലാഭ കരവും കാര്യക്ഷമവും. മാത്രമല്ല ഹെലികോപ്റ്ററിൽകൂടെയുള്ള മരുന്നു തളിയാകുമ്പോൾ കാറ്റിന്റെ ശക്തിയിൽ നിശ്ചിത പ്രദേശത്തിന് പുറ ത്തേക്ക് മരുന്നു വ്യാപിക്കുന്നതായി കാണുന്നു. എസ്റ്റേറ്റിനോട് ചേർന്ന് മറ്റ് തോട്ടങ്ങളെ കൊടികെട്ടി വേർതിരിച്ചിരിക്കും. എന്നാലും ചിലപ്പോൾ പൈലറ്റിന്റെ അശ്രദ്ധയാലോ കൊടികൾ ദൃശ്യമാകാതെയും മറ്റുമോ തോട്ടത്തിന് പുറത്തേക്കും മരുന്നു തളി വ്യാപിക്കാൻ സാദ്ധ്യതയുണ്ട്.

മൈക്രോൺ/ഏരിയയിൽ സ്പ്രേയിങ്ങിനുള്ള മിശ്രിതം തയ്യാറാ ക്കുന്ന വിധം:

വിവിധ ബ്രാന്റുകളിൽ കോപ്പർ ഓക്സിക്ലോറൈഡ് വിപണിയിലു ണ്ട്. ഇതിൽ ഓയിൽ കലർത്തിയ മിശ്രിതവും ഓയിലിൽ അലിയുന്ന പൗഡറും ലഭ്യമാണ്.

40% Metalic copper അടങ്ങിയ ഓയിലിൽ കലർത്തിയ പേസ്റ്റ് രൂപ ത്തിലുള്ള ഫംഗിസൈഡ്, diocop-Ficol-8 എന്നീ പേരുകളിൽ ലഭ്യമാണ്.

56 % Metalic copper അടങ്ങിയ Spray oil ൽ ലയിക്കുന്ന കോപ്പർ ഓക്സിക്ലോറൈഡ് മാർക്കറ്റിൽ ലഭ്യമാണ്. ഇത് 13 കിലോ ഗ്രാം പായ്ക്ക റ്റുകളായി കിട്ടുന്നുണ്ട്. എണ്ണയിൽ കലർത്തിയ പേസ്റ്റുരൂപത്തിലുള്ള തിനെ അപേക്ഷിച്ച് പൊടി രൂപത്തിലുള്ള കോപ്പർ ഓക്സിക്ലോ റൈഡാണ് അല്പം കുറഞ്ഞ വിലയിൽ ലഭിക്കുന്നത്.

ഈ പൊടി അഗ്രികൾച്ചർ സ്പ്രേ ഓയിലിൽ കലർത്തി 5:1/6:1 എന്ന അനുപാതത്തിൽ അതായത് 50 ലിറ്റർ ഓയിലിൽ 10 കി എന്ന തോതിൽ മഴ കുറവായി കിട്ടുന്ന സ്ഥലങ്ങളിലും 60 ലിറ്റർ ഓയിലിൽ 10 കിലോ പൗഡർ എന്ന റേഷ്യോയിൽ മഴ കൂടുതൽ ലഭിക്കുന്ന സ്ഥലങ്ങളിലും സ്പ്രേ ചെയ്യാവുന്നതാണ്. മിക്സർ തയ്യാറാക്കി 60 mesh അരിപ്പയിൽ അരിച്ചെടുത്തു വെള്ളം സ്പ്രേയിങ്ങിനുപയോഗിക്കാൻ മിക്സ്ചറിലുള്ള കരട്, പൊടി എന്നിവ മൈക്രോണിന്റെ ആറ്റമൈസറിൽ അടിഞ്ഞ് സുഗമ മായി സ്പ്രേയിങ് നടക്കാതെ വരാതിരിക്കാൻ ഇതാവശ്യമാണ്. 35-40 ലിറ്റർ മിക്സർ കൊണ്ട് ഒരു ഹെക്ടർ സ്പ്രേയിങ് നടത്തുവാൻ സാധി ക്കും. 2 പേർക്ക് ഈ സ്പ്രേയറിൽ മരുന്നു നിറച്ച് ഒന്നിടവിട്ടുള്ള ടെറസി ലൂടെ നടന്ന് സ്പ്രേയിങ് ജോലി ചെയ്യാവുന്നതാണ്. മരുന്ന് മിക്സ് ചെയ്യു ന്നതിനും ട്രാൻസ്പോർട്ടിങ്ങിനുമായി 3-4 പേരെ ഉപയോഗിക്കേണ്ടതായി വരും.

ഡസ്റ്റിങ് (Dusting)

റബ്ബർ മരത്തിൽ ഡസ്റ്റിങ് നടത്തേണ്ട ആവശ്യകത എന്ത്, എപ്പോൾ എന്നിവയെക്കുറിച്ച് ഒരു ഏകദേശ വിശദീകരണം ആവശ്യമാണ് എന്നു കരുതുന്നു.

ശൈത്യകാലത്തിന്റെ വരവോടെ റബ്ബർ മരത്തിന്റെ ഇലകൾ കൊഴിഞ്ഞുപോകുന്നു അഥവാ മരം തന്നെ അതിനെ കൊഴിച്ചു കളയുന്നു. ഇത് ചില മരങ്ങളുടെ പ്രത്യേകതയാണ്. വേനൽക്കാലം കഠിനമാകുമ്പോൾ മരത്തിന് സ്വാഭാവികമായി മണ്ണിൽനിന്നുള്ള ജലസംഭരണം പരിമിതപ്പെടുന്നു. മരത്തിൽ ഇലകളിൽ കൂടിയുള്ള പോഷക ഉല്പാദനം (ഫോട്ടോസിന്തസിസ്) തടസ്സപ്പെടുകയും ജലത്തിന്റെ ലഭ്യതക്കുറവുമൂലം ഇലയുടെ ഹരിത നിറം നഷ്ടപ്പെടുകയും, മൂപ്പെത്തിയ ഇലകൾക്കു പകരം പുതിയ തളിരിലകൾ വന്ന് അടുത്ത ഒരു വർഷത്തേക്കാവശ്യമായ ഇല വളരേണ്ടതും ആവശ്യമായിത്തീരുന്നു.

അങ്ങനെ ഈ ഇലകൾ കൊഴിച്ചുകളയുകയും ആഴ്ചകൾക്കകം മരത്തിൽ ശേഖരിച്ചു നിർത്തിയിരിക്കുന്ന ജലവും ന്യൂട്രിയൻസും പ്രയോജനപ്പെടുത്തി പുതിയ തലമുറ ഇലകൾ ഉല്പാദിപ്പിക്കുകയും ചെയ്യുന്നു.

ഇത് സസ്യശാസ്ത്രപ്രകാരമുള്ള അനാട്ടമിയുടെ ഭാഗമാണ്. അത് മുഴുവനായി വിശദീകരിക്കേണ്ടതില്ല. കർഷകർ അവശ്യം അറിഞ്ഞിരിക്കേണ്ട കാതലായ കാര്യം മാത്രം പ്രതിപാദിക്കട്ടെ.

ഇങ്ങനെയുണ്ടാകുന്ന ഇളം തളിരുകളിൽ പ്രത്യക്ഷപ്പെടുന്ന രോഗമാണ് 'ഒയിഡിയം' അഥവാ 'ഒയിഡിയോ മിൽഡ്യു' എന്ന ഫംഗസ് മുഖേന ഉണ്ടാകുന്ന രോഗം. ഈ രോഗകാരണമുണ്ടാകുന്ന ഫംഗസ് മുൻകൂട്ടി തന്നെ മരങ്ങളുടെ പുറംതൊലിയിലുള്ള മൊരികളിലും കവരങ്ങളിലും മണ്ണിൽതന്നെയും സജീവാവസ്ഥയിൽ ഉണ്ടായിരിക്കും. ഇന്ത്യയിലെ മറ്റ് റബ്ബർ കൃഷി ചെയ്യുന്ന ഇടങ്ങളെ അപേക്ഷിച്ച് കന്യാകുമാരി ജില്ലയിൽ ഈ രോഗം കൂടുതലായി കാണുന്നു. 1918 ൽ ഇന്തോനേഷ്യയിലും തുടർന്ന് ശ്രീലങ്ക, മലേഷ്യ എന്നീ രാജ്യങ്ങളിലും റിപ്പോർട്ട് ചെയ്യപ്പെട്ടിട്ടുണ്ട്. ഇന്ത്യയിൽ ഈ രോഗം ആദ്യമായി കണ്ടത് 1936 ൽ മുണ്ടക്കയം ഭാഗങ്ങളിലാണ്. ശൈത്യകാലത്തെ ഇലകൊഴിച്ചിൽ കഴിഞ്ഞ് ഇല തളിർക്കൽ നടക്കുമ്പോൾ ചെറുതായി ചാറ്റൽ മഴയുണ്ടാകുകയും അന്തരീക്ഷത്തിൽ ഹ്യുമിഡിറ്റി വർദ്ധിക്കുകയും ചെയ്യുമ്പോൾ ഓഡിയം ഫംഗസ് ആക്ടീവാകുകയും രാത്രികാലങ്ങളിൽ വർദ്ധിത തോതിൽ പെരുകി തളിരിലകളിൽ എത്തിപ്പെട്ട് ഇലകളെ ഒന്നാകെ ആക്രമിക്കുന്നു. ഇലകളിൽ ചാരനിറം പ്രത്യക്ഷപ്പെടുകയും തളിരില പൂർണ്ണവളർച്ച എത്തുന്നതിന് മുൻപായി ചുരുണ്ട് താഴെ പതിക്കുകയും ചെയ്യുന്നു.

ഇല മുറ്റിക്കഴിഞ്ഞാൽ ഈ രോഗകാരണമായ ഫംഗസിന് ആക്രമിക്കാൻ സാധിക്കുന്നില്ല: വൈകിയുണ്ടാകുന്ന ഇല കൊഴിച്ചിലും അനുബന്ധമായുള്ള ചാറ്റൽമഴയും അന്തരീക്ഷ ഈർപ്പവുമാണ് ഈ രോഗവളർച്ചയ്ക്ക് അനുകൂലമായി നീങ്ങുന്നത്. കന്യാകുമാരി ജില്ലയിൽ വൈകി എത്തുന്ന ശൈത്യകാലവും ഇലകൊഴിഞ്ഞ് തളിർക്കലുമാണ് അവിടെ ഈ രോഗം കൂടുന്നതിനുള്ള കാരണം. ഈ രോഗ കാഠിന്യം മൊത്ത റബ്ബർ ഉല്പാദനത്തിൽ 30% വരെ കുറവ് വരുത്തുന്നു.

നഴ്സറി തൈകളിലും ഈ രോഗം ഉണ്ടാകാറുണ്ട്. ഒയിഡിയോ മിൽഡ്യു പൗഡറിമിൽഡ്യു എന്നും അറിയപ്പെടുന്നു. തളിരിലകളിൽ രോഗം വ്യാപിക്കുമ്പോൾ വെളുത്ത പൊടി ആവരണം ചെയ്യപ്പെടുന്നതായി കാണുന്നു.

നഴ്സറിയിൽ വെള്ളത്തിൽ ലയിക്കുന്ന സൾഫർ (Wetable Sulpher) പമ്പ് ഉപയോഗിച്ച് സ്പ്രേ ചെയ്തു രോഗനിയന്ത്രണം നടത്താം. വലിയ മരങ്ങളിൽ വെറ്റബിൾ സൾഫർ പ്രയോഗം ചെലവേറിയതാകയാൽ പ്രായോഗികമല്ല. ഗന്ധകം (sulpher) 325 മെഷ് അരിപ്പയിൽ അരിച്ചെടുത്ത് കട്ടകൾ നീക്കം ചെയ്ത ശേഷം മൈക്രോൺ പവർഡസ്റ്റർ ഉപയോഗിച്ച് വലിയ റബ്ബർ മരങ്ങളിൽ ഡസ്റ്റിങ് നടത്താവുന്നതാണ്.

സ്പ്രേയിങ്ങിനുപയോഗിക്കുന്ന മൈക്രോണിൽ തന്നെ ഡസ്റ്റിങ്ങിനുള്ള കുഴൽ ഘടിപ്പിച്ച് മരുന്ന് തളിക്കാവുന്നതാണ്. 3-4 നിലങ്ങൾ ഇടവിട്ട് മൈക്രോൺ ഡസ്റ്റർ കൊണ്ടുനടന്ന് 25-30 മീറ്റർ ഉയരത്തിൽ ഗന്ധകപ്പൊടി മിസ്റ്റ് രൂപത്തിൽ എത്തിക്കാൻ സാധിക്കും. 3-4 കിലോ മീറ്റർ/മണിക്കൂറിൽ വേഗതയിൽ നടന്ന് ഡസ്റ്റിങ് നടത്താം. ഒരു ഹെക്ടറിന് 10 കിലോഗ്രാം ഗന്ധകപ്പൊടി ആവശ്യമായി വരും. ശൈത്യകാല ഇല പൊഴിച്ചിൽ കഴിഞ്ഞ് മരത്തിൽ 10 ശതമാനം തളിർ രൂപപ്പെടുമ്പോൾ ഡസ്റ്റിങ് തുടങ്ങേണ്ടതാണ്. രോഗ കാഠിന്യത്തിനനുസരിച്ച് 4-10 ദിവസം ഇടവിട്ട് 3- 4 പ്രാവശ്യം ഡസ്റ്റിങ് ആവശ്യമായി വരും.

ഡസ്റ്റിങ് നടത്തുന്നതിന് വെളുപ്പിന് 4 മണി മുതൽ കാലത്ത് 10 മണി വരെയാണ് ഏറ്റവും അനുയോജ്യമായ സമയം. ഇലകളിൽ ഈർപ്പം ഉണ്ടായിരിക്കുകയും അന്തരീക്ഷ ചൂട് അധികരിക്കുകയും ചെയ്യുന്നതിന് മുമ്പായി ഡസ്റ്റിങ് നടത്തുമ്പോൾ കൂടുതൽ ഗന്ധകപ്പൊടി ഇലയിൽ തങ്ങുന്നതിന് സാധിക്കുന്നതാണ്.

സിസ്റ്റമിക് കുമിൾ നാശിനി (Systemic fungiside) 0.25 (¼) ശതമാനം വീര്യത്തിൽ ലായനിയാക്കി മൈക്രോൺ വഴി സ്പ്രേ ചെയ്തോ ഏരിയൽ സ്പ്രേ വഴിയോ രോഗനിയന്ത്രണം വരുത്താവുന്നതാണ്. 3% കാലിക്സിൽ ലായനിയുടെ തെർമൽ ഫോഗിങ് വഴിയും രോഗനിയന്ത്രണം വരുത്താവുന്നതാണ്. ഈ കാണിച്ചിരിക്കുന്നതിൽ സൾഫർ ഡസ്റ്റിങ്ങാണ് ചെയ്യാവുന്ന എളുപ്പ മാർഗ്ഗം. കാരണം സൾഫർഡസ്റ്റ് മാർക്കറ്റിൽ സുലഭമാണ് എന്നുള്ളതാണ്. മൾട്ടി പർപ്പസ് മൈക്രോൺ ഡസ്റ്റർ/ സ്പ്രേയിങ് മെഷീൻ കോയമ്പത്തൂർ, പുത്തൂർ എന്നീ സ്ഥലങ്ങളിൽ നിന്നും ലഭ്യമാണ്.

ഇലയിലുണ്ടാകുന്ന രോഗങ്ങളും പ്രതിവിധികളും

ഇലയിലെ പുള്ളികൾ (corynespora cassiicola)

RRII ൽ (Rubber Research Institute of India, Kottayam) 1958 ലാണ് ഈ രോഗം കാണപ്പെട്ടത്. കൂടുതലായി നഴ്സറി തൈകളിലാണ് ഈ രോഗം അധികമായി കാണുന്നത്. നൈജീരിയയിലും മലേഷ്യയിലും ഈ രോഗം റിപ്പോർട്ട് ചെയ്യപ്പെട്ടിട്ടുണ്ട്. ഈ രോഗ കാരണമായി നഴ്സറി തൈകളിൽ വ്യാപകമായും വലിയ മരങ്ങളിൽ അപൂർവ്വമായും ഇലപൊഴിച്ചിൽ കണ്ടുവരുന്നു. ഇലയുടെ തളിരുകൾ വിരിഞ്ഞ് ചെമ്പുനിറമാകുമ്പോൾ ചെറിയ കറുത്തപാടുകൾ പ്രത്യക്ഷപ്പെടുന്നത് ഇതിന്റെ ലക്ഷണമാണ്. ഇല വലുതാകുന്നതോടെ ഈ പാടുകളും വലുതാകുന്നു. പാടുകളുടെ മദ്ധ്യഭാഗം തവിട്ടു നിറത്തിലും അരികുകൾ കറുത്തും കാണപ്പെടുന്നു. കാഠിന്യാവസ്ഥയിൽ ഇലകൾ കൊഴിഞ്ഞുപോകുകയും മുകൾഭാഗങ്ങൾ കരിഞ്ഞു പോകുകയും ചെയ്യുന്നു.

പ്രതിവിധിയായി നഴ്സറിക്ക് തെങ്ങോല കൊണ്ടോ ഗ്രീൻ നെറ്റ് ഉപയോഗിച്ചോ ചെറിയ പന്തൽ കെട്ടി കൊടുക്കാം. തൈകൾക്ക് ഒരു ശതമാനം വീര്യമുള്ള ബോർഡോ മിശ്രിതം സ്പ്രേ ചെയ്യുന്നതും നല്ലതാണ്.

ഇലയിലെ പുള്ളികൾ

തവിട്ടുനിറത്തിലുള്ള അടയാളങ്ങൾ

നഴ്സറിത്തൈകളിൽ തളിരിലകളിൽ ചെറിയ തവിട്ടു നിറത്തിലുള്ള പാടുകൾ കാണുകയും ഇലകൾ പച്ച നിറം പ്രാപിക്കുമ്പോൾ പക്ഷിയുടെ കണ്ണുപോലെ വൃത്താകൃതിയിലുള്ള പാടുകൾ, അരുക് തവിട്ടു നിറത്തിലും നടുക്ക് വെള്ള നിറത്തിലും കാണപ്പെടുന്നു. ഇലകളിൽ പല പുള്ളികൾ രൂപം പ്രാപിക്കുകയും ഇലകൾ മഞ്ഞനിറമായി മാറുകയും കൊഴിഞ്ഞു പോവുകയും ചെയ്യുന്നു. പിന്നീട് വരുന്ന മുകുളങ്ങൾ പൂർണ്ണമായി ഇലവിരിയുന്നതിനു മുമ്പായി കൊഴിഞ്ഞുപോകുകയും ചെടിയുടെ വളർച്ചയെ തടയുകയും ചെയ്യുന്നു. വലിയ മരങ്ങളിൽ ഇത് വലിയ രീതിയിൽ പ്രശ്നമാകുന്നില്ല.

ചെമ്പു കലർന്ന കുമിൾ നാശിനികൾ സ്പ്രേ ചെയ്യുന്നത് ഇതിനുമുള്ള പ്രതിവിധിയാണ്. ഇന്ത്യ, ശ്രീലങ്ക, കോംഗോ, ലൈബീരിയ എന്നീ രാജ്യങ്ങളിൽ ഇത്തരം കുമിൾ രോഗനാശിനികൾ ഉപയോഗിച്ചു വരുന്നു. സിറം, ഫെർബാം (Ziram, Ferbam) എന്നീ കുമിൾനാശിനികൾ മലേഷ്യയിൽ ഫലപ്രദമായി ഉപയോഗിച്ചു വരുന്നുണ്ട്. നഴ്സറിയിൽ മുകളിൽ പറഞ്ഞതിൽ ഏതെങ്കിലുമൊന്ന് ഈ രോഗത്തിനെതിരായി ഉപയോഗിക്കേണ്ടതാണ്.

സൗത്ത് അമേരിക്കൻ ലീഫ് ബ്ലൈറ്റ്

സൗത്ത് അമേരിക്ക, പ്രത്യേകിച്ച് ബ്രസീൽ ഹീവിയാ റബ്ബർ സ്പീഷിസിന്റെ ജന്മഗൃഹം എന്ന് അറിയപ്പെടുന്നു. എങ്കിലും റബ്ബറിന്റെ ജന്മനാട്ടിൽ പിടിപെട്ട ഈ മാരക രോഗം അന്നാട്ടിലെ റബ്ബർ പ്ലാന്റേഷനുകളെ പിന്നോട്ടടിച്ച സ്ഥിതിയാണുള്ളത്. റബ്ബർ പ്ലാന്റേഷൻ വ്യവസായത്തെ വലിയ തോതിൽ വ്യാപിപ്പിക്കാൻ ശ്രമിച്ച 'ഫോർഡ്', 'ഗുഡ് ഇയർ' എന്നീ കമ്പനികൾ സൗത്ത് അമേരിക്കൻ ലീഫ് ബ്ലൈറ്റ് എന്ന (SALB) രോഗവ്യാപനത്താൽ അവിടെനിന്നും അവരുടെ വമ്പൻ സ്വപ്ന പദ്ധതിയിൽ നിന്നും പിൻതിരിഞ്ഞിരിക്കുകയാണ്.

ഇപ്പോൾ ഈ രോഗം അമേരിക്കയുടെ ഉഷ്ണമേഖലാ പ്രദേശ (Tropical area)ളിലേക്ക് പടർന്നിട്ടുണ്ട്. ഇങ്ങനെ പ്ലാന്റേഷനുകൾക്ക് തിരിച്ചടിയായി ട്രിനിഡാഡ്, പനാമ, കോസ്റ്ററിക്ക, ഗ്വാട്ടിമാല, മെക്സിക്കോ, ഗോണ്ടുറാസ്, വെഹിയാ സംസ്ഥാനത്തെ സാവോ പോളോ എന്നിവിടങ്ങളിലും രോഗ ആക്രമണം കണ്ടു തുടങ്ങിയിരിക്കുന്നു.

എന്നാൽ ഇന്ത്യയിലോ, മലേഷ്യയിലോ തെക്കു കിഴക്കൻ ഏഷ്യൻ രാജ്യങ്ങളിലോ രോഗം റിപ്പോർട്ട് ചെയ്യപ്പെട്ടിട്ടില്ല എന്നത് ആശ്വാസകരമാണ്.

ഈ രോഗ വ്യാപനത്തിൽ കാലാവസ്ഥ ഒരു വലിയ ഘടകമായി തീരുന്നതായി കാണുന്നു. നൂറ്റാണ്ടുകൾക്കിടയിൽ ലോകമെമ്പാടും കാലാവസ്ഥ വ്യതിയാനം ഉണ്ടായിട്ടുണ്ടല്ലോ. സൗത്ത് അമേരിക്കയിൽ ഇതിന്റെ ഒരു പ്രതിഫലനം എന്നോണം റബ്ബർ മരത്തിന്റെ വളർച്ചയെ പ്രതികൂലമായി ബാധിക്കുന്ന ഘടകങ്ങളായ കനത്ത മഴയും വിരളമായി

വരുന്ന മഴയില്ലാത്ത മാസങ്ങളും രോഗ വ്യാപനത്തെ ഉത്തേജിപ്പിക്കുന്നു എന്നതാണ് അനുമാനം.

മൂന്നു- നാലു മാസം നീണ്ടുനില്ക്കുന്ന ചൂടുള്ള കാലാവസ്ഥയും മറ്റു മാസങ്ങളിൽ ഇടവിട്ട് മഴ ലഭിക്കുന്നതുമായ സ്ഥലങ്ങളിൽ സൗത്ത് അമേരിക്കൻ ലീഫ് ബ്ലൈറ്റിന്റെ കാരണമായ ഫംഗസ് വ്യാപനം കുറവായി കാണുന്നുണ്ട്.

ഈ ഫംഗൽ ബാധ ഉണ്ടാകുമ്പോൾ തളിരിലകൾ വെൽവറ്റ് നിറത്തിലുള്ള ചെറിയ കുത്തുകൾ പോലെയും ചാരംകലർന്ന പച്ച നിറത്തിലാകുകയും ചെയ്യുന്നു. പിന്നീട് ഇവ പൊഴിഞ്ഞു പോകുന്നു. തുടർച്ചയായുണ്ടാകുന്ന ഇല കൊഴിച്ചിൽ പുതിയ ഇല വളരുന്നതിന് തടസ്സമാകുകയും ഡൈബേക്ക് (die back) രോഗത്തിനടിപ്പെടുകയും ചെയ്യുന്നു. ക്രമേണ തൈ മുഴുവനായി ഉണങ്ങിപ്പോകുന്നു. ഇതിന് കാരണമാകുന്ന ഫംഗസ് മൈക്രോ സൈക്ലസ് (Microcyclus) എന്ന് അറിയപ്പെടുന്നു.

ഫലപ്രദമായ നിവാരണ മാർഗ്ഗം ഇനിയും പ്രാവർത്തികമായിട്ടില്ല. നഴ്സറികളിൽ ചെമ്പു കലർന്ന കുമിൾ നാശിനിയോ ഡിത്തേൽ ഇസഡ് 78 എന്ന രാസപദാർത്ഥമോ സ്പ്രേ ചെയ്ത് കുറേ ഒക്കെ നിയന്ത്രിക്കാമെങ്കിലും വലിയ മരങ്ങളിൽ തുടർച്ചയായ ഇല കൊഴിച്ചിൽ മരുന്ന് തളിയിലൂടെ നിയന്ത്രിക്കുന്നത് ശ്രമകരമാണ്.

കൂമ്പു ചീയൽ (Shoot rot)

മുൻപ് ചില അദ്ധ്യായങ്ങളിൽ പറഞ്ഞിരുന്നതു പോലെ ഫൈറ്റഫ്തോറ ഫംഗസ് നഴ്സറിയിലും ചെറു തൈകളിലും തെക്കുപടിഞ്ഞാറൻ കാലവർഷക്കാലത്ത്, അതായത് ജൂൺ മുതൽ ആഗസ്ത് അവസാനം വരെ പടർന്ന് രോഗം വരുത്തുകയും അതിന്റെ ഫലമായി കൂമ്പു ചീയൽ (Shoot rot) സംഭവിക്കുകയും ചെയ്യുന്നു.

രോഗനിയന്ത്രണം

ഒരു ശതമാനം ബോർഡോ മിശ്രിതം മേയ് മാസം മുതൽ ആഗസ്ത് അവസാനംവരെ മാസത്തിൽ ഒരു പ്രാവശ്യം എന്ന വിധത്തിൽ തളിച്ച് ഈ രോഗത്തെ പ്രതിരോധിക്കാവുന്നതാണ്. ഇങ്ങനെ ചെയ്യാതിരുന്നാൽ രോഗം ബാധിച്ച് ചെറുതൈകളുടെ വളർച്ചയെ ദോഷമായി ബാധിക്കുന്നതായിരിക്കും. കൂമ്പു ചീഞ്ഞതിനുശേഷം അനേകം ചെറു ശിഖരങ്ങൾ വളർന്ന് തൈയുടെ വളർച്ചയെ തടയുന്നു.

ബോർഡോ മിശ്രിതം

ബോർഡോ മിശ്രിതം കണ്ടുപിടിക്കപ്പെട്ടത് ഒരു യാദൃച്ഛിക സംഭവമായിട്ടാണ് അറിയപ്പെടുന്നത്. അതേപ്പറ്റിയുള്ള ഒരു വിവരണം താഴെ കൊടുക്കുന്നു.

ഫ്രാൻസിലെ ഒരു മുന്തിരിത്തോട്ടം സംരക്ഷിക്കുന്നതിനായി റോഡിന്റെ ഇരുവശങ്ങളിൽ വേലി കെട്ടി തിരിക്കുകയും മൃഗങ്ങൾ തിന്നാതിരിക്കാനായി തുരിശും ചുണ്ണാമ്പും ചേർന്ന ഒരു മിശ്രിതം തളിക്കുകയുമുണ്ടായി. ആഴ്ചകൾക്ക് ശേഷം ഉടമസ്ഥൻ തോട്ടം സന്ദർശിച്ചപ്പോൾ മരുന്നു പ്രയോഗിച്ചിരുന്ന ചെടികൾ വളർന്ന് പടർന്ന് കായ്പിടിച്ചിരിക്കുന്നതും തോട്ടത്തിന്റെ ഉൾഭാഗത്തുള്ള മുന്തിരി വള്ളികൾ മുഴുവൻ ഇല കൊഴിഞ്ഞു പോയതായും കാണുകയുണ്ടായി.

ഇത് നടന്നത് 1882 ൽ ആണ്. അടുത്ത വർഷം "ബോർഡോ" യൂണിവേഴ്സിറ്റിയിലെ പ്രൊഫസറന്മാരായ മില്ലർ ഡറ്റും ഗയോണും ചേർന്ന് കൂടുതൽ പരീക്ഷണങ്ങൾ നടത്തി ചെമ്പും ചുണ്ണാമ്പും കലർത്തിയ മിശ്രിതം ഫംഗസ് രോഗത്തിന് പ്രതിവിധിയാകുമെന്ന് കണ്ടെത്തി ബോർഡോ മിശ്രിതം എന്ന നാമത്തിൽ ഈ മരുന്നു തളി പ്രചരിപ്പിക്കുകയും ചെയ്തു. കുമിൾ രോഗബാധയിൽനിന്നും സസ്യഗണത്തെ രക്ഷിക്കാൻ ഈ മിശ്രിതത്തിന് കഴിയുമെന്ന് ലോകമെമ്പാടും തിരിച്ചറിയപ്പെടുകയുണ്ടായി. മില്ലർ ഡറ്റും ഗയോണും ജോലി ചെയ്തിരുന്ന ബോർഡോ യൂണിവേഴ്സിറ്റിയുടെ നാമം ഈ കെമിക്കൽ ലായനിയുടെ പേരായി അംഗീകരിക്കപ്പെട്ടു.

മിശ്രിതം തയ്യാറാക്കുന്ന വിധം

ബോർഡോ മിശ്രിതം വളരെ എളുപ്പത്തിൽ വീട്ടിൽത്തന്നെ തയ്യാറാക്കാവുന്നതാണ്. ഒരു ശതമാനം വീര്യത്തിൽ 10 ലിറ്റർ ബോർഡോ മിശ്രിതം തയ്യാറാക്കാൻ 100 ഗ്രാം തുരിശ് പൊടിച്ചത് 5 ലിറ്റർ വെള്ളത്തിലും 100 ഗ്രാം ചുണ്ണാമ്പ് പ്രത്യേകമായി മറ്റൊരു 5 ലിറ്റർ വെള്ളത്തിലും കലക്കിയെടുക്കുക. അതിനു ശേഷം തുരിശുലായിനി ചുണ്ണാമ്പുലായനിയിലേക്ക് കറേശ്ശെയായി ഒഴിച്ച് നന്നായി ഇളക്കി യോജിപ്പിക്കുക. തയ്യാറാക്കുന്ന മിശ്രിതത്തിൽ ചെമ്പിന്റെ അംശം കൂടുതലാകാൻ പാടില്ല. അതുപോലെ തന്നെ അമ്ലവും. ഇത് പരിശോധിക്കാനായി ഒരു ഇരുമ്പ് കത്തി മിശ്രിതത്തിൽ മുക്കിവെക്കുക. ചെമ്പിന്റെ അംശം കൂടുതലാണെങ്കിൽ കത്തിയിൽ പറ്റിപ്പിടിക്കുന്നതു കാണാം. അല്പം ചുണ്ണാമ്പു ലായനികൂടി ചേർത്ത് ചെമ്പിന്റെ സന്തുലിതാവസ്ഥ ഉറപ്പാക്കിയ ശേഷം മിശ്രിതം വിളകളിൽ തള്ളിക്കാവുന്നതാണ്.

തടിയിലുണ്ടാകുന്ന രോഗങ്ങളും നിയന്ത്രണമാർഗ്ഗങ്ങളും

1. പിങ്കു രോഗം (Corticium salmonicolor)

ഇതിനെപറ്റി വിശദമായി മുൻ (റബ്ബർ തൈകളുടെ പരിചരണം) അദ്ധ്യായത്തിൽ വിവരിച്ചിട്ടുണ്ട്.

2. ബ്ലാക് സ്ട്രിപ്പർ (Black Stripe)

ടാപ്പിങ് പട്ടയിലുണ്ടാകുന്ന ഈ രോഗം ബ്ലാക് ത്രെഡ്, ബോർഡ് റോട്ട് എന്നീ പേരുകളിലും അറിയപ്പെടുന്നുണ്ട്. ഈ രോഗം ആദ്യമായി റിപ്പോർട്ട് ചെയ്യപ്പെട്ടത് 1989 ൽ ശ്രീലങ്കയിലാണ്. പിന്നീട് ബർമ്മ, മലേഷ്യ, ജാവ, ഇന്ത്യ, ഏഷ്യയിലെ റബ്ബർ കൃഷി ചെയ്യുന്ന മറ്റ് രാജ്യങ്ങൾ, ആഫ്രിക്ക, സൗത്ത് അമേരിക്ക തുടങ്ങിയ രാജ്യങ്ങളിലും റിപ്പോർട്ട് ചെയ്യപ്പെട്ടിട്ടുണ്ട്. തെക്കു പടിഞ്ഞാറൻ മൺസൂൺ കാലങ്ങളിൽ ഇന്ത്യയിൽ ഈ രോഗം കാണപ്പെടുന്നു. മറ്റു രാജ്യങ്ങളിലും തുടർച്ചയായ മഴയുടെ സമയങ്ങളിലാണ് ഇത് കാണപ്പെടുന്നത്. മഴക്കാലത്ത് തുടർച്ചയായി ടാപ്പിങ് നടക്കുമ്പോൾ, അന്തരീക്ഷത്ത് ബ്ലാക്ക് സ്ട്രിപ്പർ രോഗഫംഗസ് പെരുകുകയും പുതിയ ടാപ്പിങ് മുറിവിൽ കൂടി പട്ടയിലേക്ക് പ്രവേശിച്ച് പാൽ കുഴലുകളെ നശിപ്പിക്കുകയും ചെയ്യുന്നു. ഇതുകാരണം പാലുല്പാദനം കുറയുന്നു. ഇന്നത്തേതുപോലെ മഴമറയുണ്ടാക്കി ടാപ്പിങ് ചെയ്യാതിരുന്ന മുൻകാലങ്ങളിൽ ഈ രോഗം അധികരിച്ചിരുന്നില്ല. മഴമറ (റെയിൻ ഗാർഡ്) ഇടുമ്പോൾ ടാപ്പിങ് ഭാഗത്ത് ഈർപ്പം തങ്ങി നില്ക്കുന്നത് ഫംഗസ് പെരുകുന്നതിന് കാരണമാകുന്നു. ടാപ്പ് ചെയ്യുമ്പോൾ പട്ടയിൽ ഉണ്ടാകുന്ന നേരിയ മുറിവിലൂടെയാണ് രോഗാണു അകത്തു കടക്കുന്നത്. ഫൈറ്റോഫ്തോറ പാൽമിവോറ എന്ന ഫംഗസാണ് രോഗ

കാരണം. ഈ രോഗാണു പട്ടയിലുള്ള കോശങ്ങൾ വഴി പട്ടയിലേക്കും തൽസമയം പ്രതിവിധി ചെയ്തില്ല എങ്കിൽ തടിയിൽക്കൂടി വ്യാപിച്ച് വെട്ടു ചാലിന് മുകളിലെ വെട്ടുപട്ടയും താഴേക്കുള്ള പുതുപട്ടയും നശിച്ചുപോ കാൻ കാരണമാകുന്നു. ഉല്പാദനം കുറയുന്നതിന് പുറമെ വെട്ടുപട്ടയിൽ പിന്നീടുള്ള ടാപ്പിങ് ദുഷ്കരമാകുന്നു.

രസം കലർത്തിയിട്ടുള്ള ഓർഗാനോ കുമിൾനാശിനി തുടർച്ചയായി വെട്ടുപട്ടയിൽ പുരട്ടിയോ തളിച്ചോ ഈ ഫംഗസിനെ നിയന്ത്രിക്കാൻ കഴിയും.

അരിട്ടാൽ, സെറിസാൽ, എമിസാൽ, അഗലാൽ ഇതിൽ ഏതെങ്കിലും കീടനാശിനി വെള്ളത്തിൽ അലിയിച്ച ലായനി ഇതിനായി ഉപയോഗിക്കാം; ഇത് തയ്യാറാക്കേണ്ട വിധം:

മാർക്കറ്റിൽ ലഭിക്കുന്ന മുകളിൽ പറഞ്ഞിരിക്കുന്നതിൽ ഏതെങ്കിലും ഒരു കുമിൾനാശിനി (ചില ബ്രാൻഡുകൾ മറ്റു പേരുകളിൽ ലഭിക്കാം) 4 ലിറ്റർ വെള്ളത്തിൽ 10 ഗ്രാം ലയിപ്പിച്ച് ചെറിയ ബ്രഷോ തുണിയോ ഉപ യോഗിച്ച് വെട്ടുചാലിലും പട്ടയിൽ മുകളിലേക്കും താഴേക്കും 2 ഇഞ്ച് വീതിയിൽ തേക്കുകയോ ഫ്ളിക് ഗൺ എന്ന ചെറിയ പമ്പ് ഉപയോ ഗിച്ച് തളിക്കുകയോ ചെയ്യുകയോ ചെയ്യാം. മഴക്കാല ടാപ്പിങ്ങിൽ അതാ യത് ജൂൺമാസം മുതൽ സെപ്തംബർ വരെ 10 ദിവസം ഇടവിട്ട് ഇത് പ്രയോഗം തുടരേണ്ടതാണ്.

കൃത്യമായി നടക്കുന്ന മരുന്നു പ്രയോഗത്തിലൂടെ ഈ രോഗത്തെ പൂർണ്ണമായും നിയന്ത്രിക്കാൻ സാധിക്കും. എല്ലാ വർഷവും ടാപ്പിങ് നട ത്തുന്ന മഴക്കാലമത്രയും ഇങ്ങനെ ചെയ്താൽ ഉല്പാദനനഷ്ടവും മര ത്തിനുണ്ടാകാവുന്ന പട്ട ചീയലും നിയന്ത്രിക്കാൻ സാധിക്കും.

3. പാച്ച് കാങ്കർ

എല്ലാ പ്രായത്തിലുമുള്ള റബ്ബർ മരങ്ങളേയും ഈ രോഗം ബാധി ക്കാറുണ്ട്. പ്രധാനമായും പ്രധാന തടിയുടെ (main trunk) പട്ടയിലാണ് ഇത് അധികമായി കണ്ടുവരുന്നത്. ടാപ്പിങ് പട്ടയിലും വെട്ടുപട്ടയിലും പ്രകടമായ രോഗലക്ഷണങ്ങൾ കാണപ്പെടുന്നു. ആദ്യമായി 1903 ൽ ശ്രീല ങ്കയിലാണ് ഈ രോഗം റിപ്പോർട്ട് ചെയ്യപ്പെട്ടത്. ഇപ്പോൾ റബ്ബർ കൃഷി നടക്കുന്ന എല്ലാ രാജ്യങ്ങളിലും ഈ രോഗബാധ കാണപ്പെടുന്നു.

രോഗം ബാധിച്ച പട്ടയിൽനിന്നും ഇളംചുവപ്പു നിറത്തിലുള്ള ദ്രാവകം പട്ട പൊട്ടി പുറത്തേക്ക് ഒലിച്ചിറങ്ങുന്നത് ഇതിന്റെ പ്രാരംഭ ലക്ഷണമാണ്. പിന്നീട് പട്ടപൊട്ടി റബ്ബർ പാൽ പുറത്തേക്ക് വരികയും അത് കറുത്ത രൂപം പ്രാപിച്ച് ചെറിയ മുഴകളായി മാറുകയും ചെയ്യുന്നു.

ഇങ്ങനെ കാണുന്ന ഭാഗങ്ങളിൽ പട്ട കൂടുതലായി പൊട്ടിമാറുകയും കറുത്ത മുഴ വലുതാകുകയും അവയിൽനിന്നും ദുർഗ്ഗന്ധം അനുഭവ

പാച്ച് കാങ്കർ

പ്പെടുകയും ചെയ്യുന്നു. ഇത് രോഗത്തിന്റെ കാഠിന്യത്തെ കാണിക്കുന്നു. ഈ ഭാഗം ഇളക്കി നോക്കിയാൽ കാമ്പിയവും കറുത്ത നിറത്തിൽ മാറിയിരിക്കുന്നതു കാണാൻ സാധിക്കും.

ഫൈറ്റഫ് തോറ പാൽ മിവോറ ഫംഗസ് ആണ് ഈ രോഗത്തിനു കാരണമാകുന്നത്

രോഗം ബാധിച്ച ഭാഗത്ത് ഒലിച്ചിറങ്ങിയിരിക്കുന്ന പൂപ്പലും ചുറ്റുപാടുമായി പൊട്ടി ചീയൽ ബാധിച്ചിരിക്കുന്ന പട്ടയും ചുരണ്ടി മാറ്റുക. റബ്ബർ പുറമേ ഉണങ്ങി കാണുന്നത് വലിച്ചെടുക്കുമ്പോൾ അതിലും വലുപ്പമുള്ള റബ്ബർ പാഡ് ഉള്ളിൽ നിന്നും പുറത്തേക്ക് വരും. ഇത് മാറ്റിയതിനുശേഷം പട്ടയിൽ കേടുബാധിച്ച് കറുപ്പു നിറത്തിലും തവിട്ടു നിറത്തിലും കാണുന്ന ഭാഗം മുഴുവനായി ചെറിയ കത്തി ഉപയോഗിച്ച് ചുരണ്ടി മാറ്റിയതിന് ശേഷം ഓർഗാനോ മെർക്കുറിയൽ ഫംഗിസൈഡ് 2 ലിറ്റർ വെള്ളത്തിൽ 10 ഗ്രാം (അരിട്ടാൽ, എമിസാൽ, സറിസാൽ, അഗലോൽ ഇതിൽ ഒന്ന്) കലർത്തി രോഗം ബാധിച്ച ഭാഗത്ത് തേച്ചുപിടിപ്പിക്കുന്നു. ഈ ലായിനി ഉണങ്ങിപ്പിടിച്ചു കഴിയുമ്പോൾ മരത്തിലേക്കു മുറിവ് ഉണക്കാൻ പര്യാപ്തമായതും രോഗ പ്രതിരോധ ശേഷി ഉള്ളതുമായ, റബ്ബർ കോട്ടോ, വാക്സ്-റക്സോ, ടീസിലോ ഏതെങ്കിലും ഒന്ന് തേച്ചുപിടിപ്പിക്കുക. ക്രമേണ മുറിവുണങ്ങി പട്ട വളർന്ന് രോഗനിവാരണം സാദ്ധ്യമാക്കുന്നു.

വേറെയും ചില രോഗങ്ങൾ റബ്ബർ പട്ടയിൽ ബാധിക്കാറുണ്ട്. അവ മൗൾഡിറോട്ട്, ബാർക് നെക്രോസിസ് തുടങ്ങിയവയാണ്. ഇതൊന്നും ആദ്യം പറഞ്ഞിരിക്കുന്ന രോഗങ്ങളോളം ഗൗരവമേറിയതായി കാണുന്നില്ല. ഇവയ്ക്കെല്ലാം പ്രതിവിധി ബോർഡോ മിശ്രിതമാണ്.

വേരിലുണ്ടാകുന്ന രോഗങ്ങളും പ്രതിവിധികളും

ബ്രൗൺ റൂട്ട് രോഗം

വേരുകളിൽ കണ്ടുവരുന്ന രോഗങ്ങളിൽ മരത്തെ ഏറ്റവും ദോഷകരമായി ബാധിക്കുന്നവയാണ് ഇത്.

ഈ രോഗലക്ഷണങ്ങളിൽ ഒന്നാണ് മരത്തിന്റെ ഇലയിൽ കാണുന്ന വിളർച്ച. പച്ചനിറം തീരെ കുറയുകയും മഞ്ഞ, പർപ്പിൾ നിറങ്ങൾ രൂപപ്പെടുന്നതും കാണാം. പിന്നീട് ഈ ഇലകൾ മരത്തിൽ തന്നെ കരിഞ്ഞു നില്ക്കുകയോ കൊഴിഞ്ഞുപോകുകയോ ചെയ്യുന്നു. മരത്തിന്റെ മുകളിൽ നിന്നും ഇല കരിഞ്ഞ് പിന്നീട് മരം തന്നെ ഉണങ്ങിപ്പോകുകയും ചെയ്യുന്നു. ഈ അവസ്ഥ കുറച്ചു സ്ഥലങ്ങളിലോ ചിലപ്പോൾ പടർന്നു കൂടുതൽ മരങ്ങളിലേക്ക് വ്യാപിക്കുകയോ ചെയ്യുന്നു

വേരുകളിൽ എല്ലാ ഭാഗത്തും അതായത് വശങ്ങളിലുള്ള വേരുകളിലും തായ്‌വേരിലും രോഗം പടരുന്നു. വേരിനോട് ചേർന്ന് മണ്ണും വേരും കൂടി കട്ടിപിടിച്ച് കാഠിന്യ അവസ്ഥയിലായിരിക്കും. മണ്ണുനീക്കം ചെയ്തു നോക്കിയാൽ വേരുകൾ കല്ലിച്ച് നിർജ്ജീവാവസ്ഥയിൽ ആയിരിക്കുന്നതു കാണാം. കൂടാതെ വേരിലുണ്ടാകുന്ന കല്ലിപ്പിന് ചാര(ബ്രൗൺ) നിറം കാണപ്പെടും. വേരുകൾ മുറിച്ചു നോക്കിയാൽ ഉൾഭാഗം തടി ഉൾപ്പെടെ ചാര നിറത്തിൽ കാണുന്നു.

ഈ രോഗത്തിന് കാരണമായ ഫംഗസ് ഫെല്ലിനസ് നോക്സിയസ് എന്ന് അറിയപ്പെടുന്നു. ഈ ഫംഗസ് ട്രോപ്പിക്കൽ ഏരിയകളിൽ ഉള്ള പ്ലാന്റേഷനുകളിൽ അധികമായി കാണപ്പെടുന്നു. റബ്ബറിനെ കൂടാതെ കാപ്പി, പ്ലാവ്, കൊക്കോ, ഡാഡപ്പ് എന്നിവയുടെ വേരുകളിൽ ഈ രോഗവ്യാപനം വിളനാശം വരുത്തുന്നുണ്ട്.

മണൽ കലർന്നതും ഉറപ്പില്ലാത്ത മണ്ണുള്ള പ്രദേശങ്ങളിലുമാണ് ഈ രോഗ കാരണമായ ഫെല്ലിനസ് നോക്സിയസ് ഫംഗസ് പെട്ടെന്ന് വ്യാപിക്കുന്നത്. ലാറ്ററേറ്റ്, ലാറ്ററിറ്റിക് മണ്ണുകളിൽ രോഗവ്യാപനം കുറവാണ്.

രോഗലക്ഷണങ്ങൾ കണ്ടു തുടങ്ങുമ്പോൾ തന്നെ പ്രതിരോധ പ്രവർത്തനം തുടങ്ങിയാൽ മാത്രമേ ഈ രോഗം നിയന്ത്രിക്കാൻ സാധിക്കുകയുള്ളൂ. ഇലകളിൽ മഞ്ഞനിറം കണ്ടുതുടങ്ങുമ്പോൾ തന്നെ പ്രതിതൈകളുടെ ചുവട്ടിലെ മണ്ണ് വേരുകൾക്ക് മുറിവേല്ക്കാതെ നീക്കം ചെയ്ത് വേരുകളെ നിരീക്ഷണ വിധേയമാക്കണം. വശങ്ങളിലേക്കു വളർന്നിരിക്കുന്ന വേരുകൾ പരമാവധി നീളത്തിൽ മണ്ണുമാറ്റി പരിശോധിച്ച് ഉണങ്ങിയ ഭാഗം കാണുകയാണെങ്കിൽ മുറിച്ചെടുത്ത് കത്തിച്ചുകളയണം. ഭാഗികമായി ഉണക്ക് ബാധിച്ച ഭാഗങ്ങൾ ചുരണ്ടി പുറം പട്ട നീക്കി ഏതെങ്കിലും മെർക്ക്യൂറിയൻ കുമിൾനാശിനി ബ്രഷ് ചെയ്തുകൊടുക്കണം. ഉണങ്ങിപ്പിടിച്ചു കഴിയുമ്പോൾ മഹാതോട്ടക്സോ, ട്രീസിലോ പുരട്ടി തൈത്തടം നല്ലതുപോലെ മണ്ണിട്ട് ഉറപ്പിച്ച് വേരുകളെ മൂടിയിടണം. രോഗം അധികമായി പടർന്നു കഴിഞ്ഞിരുന്നാൽ ഇവയൊന്നും ഫലിക്കാതെ വരുകയും തൈ ഉണങ്ങിപ്പോകുകയും ചെയ്യുന്നതുമാണ്. അങ്ങനെയുള്ള മരവും വേരുകളും മണ്ണിൽ നിന്നും ഇളക്കി മാറ്റി കത്തിച്ചുകളയുന്നത് മറ്റ് മരങ്ങളിലേക്ക് രോഗം വ്യാപിക്കാതിരിക്കാൻ നല്ലതാണ്.

2. റെഡ് റൂട്ട് രോഗം

റെഡ് റൂട്ട് രോഗം പ്രധാനമായി കണ്ടു വരുന്നത് മലേഷ്യയിലാണ്. ഇന്ത്യയിലും ശ്രീലങ്കയിലും അത്ര സാധാരണമല്ല.

പുറമെ കാണപ്പെടുന്ന അടയാളം ഇലകൾ മഞ്ഞനിറമാകുന്നതാണ്. ചെറിയ തൈകളെ അപേക്ഷിച്ച് ടാപ്പിങ് മരത്തിലാണ് രോഗം കാര്യമായി കണ്ടുവരുന്നത്. രോഗം അധികരിക്കുന്ന വേരുകളുടെ കട്ടിയിലുള്ള തടിഭാഗം സ്പോഞ്ചുപോലെയായി വെള്ളം ആഗിരണം ചെയ്ത് ഒന്നു അമർത്തിയാൽ ആ ഭാഗങ്ങളിൽനിന്നും വെള്ളം പുറമേക്കു വരുന്നതു കാണുന്നു. ഈ സ്റ്റേജിൽ രോഗം ബാധിച്ച ഭാഗം വേരുകളിൽ ചുവപ്പ് നിറം കാണപ്പെടുന്നു. അതായിരിക്കാം റെഡ് റൂട്ട് ഡിസീസ് എന്ന് അറിയപ്പെടുന്നത്.

വേരിൽനിന്നും മണ്ണ് നീക്കം ചെയ്യുമ്പോഴാണ് ഈ നിറവ്യത്യാസം കാണുന്നത്. രോഗനിയന്ത്രണത്തിനായി 10 ശതമാനം വീര്യമുള്ള ഡ്രാസോക്സലോൺ കുമിൾനാശിനിയോ, ട്രൈഡെയോർഫ് കുമിൾനാശിനിയോ രോഗബാധയുടെ ആദ്യഘട്ടത്തിൽ വേരിൽ തേച്ച് പിടിപ്പിച്ച് കൊടുത്താൽ രോഗം നിയന്ത്രണ വിധേയമാകുന്നതായി കണ്ടുവരുന്നുണ്ട്.

വൈറ്റ് റൂട്ട് രോഗം

വൈറ്റ് റൂട്ട് രോഗം

വൈറ്റ് റൂട്ട് രോഗവും ഇന്ത്യയിൽ വലുതായി കണ്ടുവരുന്നില്ല. മലേഷ്യ, ശ്രീലങ്ക, കോംഗോ എന്നീ രാജ്യങ്ങളിലാണ് ഇവ കൂടുതലായും കണ്ടുവരുന്നു.

ഇലകൾ മഞ്ഞനിറം പ്രാപിക്കുന്നതാണ് പുറമെ കാണപ്പെടുന്ന രോഗലക്ഷണം.

പെൽറ്റാക്ലോറോ നൈട്രോബെൻസീൽ (PCNB) എന്ന കുമിൾനാശിനിയാണ് പ്രതിവിധിയായി വേരിൽ തേച്ചുകൊടുക്കാറുള്ളത്. രോഗവ്യാപനം തടയുന്നതിനായി ഓരോ തടങ്ങൾക്കിടയിലും 2 അടി വീതിയിലും 3 അടി താഴ്ചയിലും കിടങ്ങ് (ചാല്) വെട്ടി വേരുകൾ രോഗം പടർത്തുന്നത് തടയാം.

പൊതുവേ വേരിനുണ്ടാകുന്ന രോഗങ്ങളുടെ ലക്ഷണങ്ങളിൽ ആദ്യം കാണുന്നത് ഇല മഞ്ഞനിറമാകുന്നതാണ്. ഇത് അപ്പോഴപ്പോൾ പരിശോധിച്ച് മുകളിൽ പറഞ്ഞിരിക്കുന്ന രീതിയിൽ പരിചരണം നടത്തുകയും ചെയ്താൽ നിയന്ത്രണവിധേയമാക്കാൻ കഴിയും

രോഗബാധമൂലമല്ലാതെ ഉണ്ടാകാവുന്ന നാശനഷ്ടങ്ങൾ

ശക്തമായ കാറ്റ്

കാറ്റുകൊണ്ട് റബ്ബർ തോട്ടത്തിലുണ്ടാകുന്ന നാശനഷ്ടങ്ങൾ വലുതാണ്. പ്രകൃതിദുരന്തങ്ങളെ ഒരുപരിധിക്കപ്പുറം നമുക്ക് നിയന്ത്രിക്കുവാൻ സാദ്ധ്യമല്ലല്ലോ. എന്നാൽ ചില മുൻകരുതലുകൾ റബ്ബർ നടുന്നതിന് മുമ്പായി സ്വീകരിക്കുവാൻ കഴിയും. അധികമായി മണ്ണിളക്കമുള്ളതും വെള്ളക്കെട്ടുണ്ടാകുന്നതുമായ സ്ഥലങ്ങൾ ഒഴിവാക്കണം. ചില പ്രത്യേക ഇനം തൈകൾ നടീലിനായി തെരഞ്ഞെടുക്കുമ്പോൾ അവ എത്രകണ്ട് കാറ്റിനെ പ്രതിരോധിക്കാൻ കെല്പുള്ളവയാണ് എന്ന് മനസ്സിലാക്കിയിരിക്കുന്നത് നല്ലതാണ്. RRIM പോലുള്ള വിദേശ ഇനം കൂടുതൽ ഉയരത്തിൽ വളരുകയും കാറ്റിൽ ഒടിഞ്ഞുപോകാൻ സാദ്ധ്യതയുള്ളതുമാണ്. മണ്ണിളക്കം കൂടുതലായിരിക്കുകയും, മഴക്കാലത്ത് വെള്ളം കെട്ടിനില്ക്കുന്ന ഭൂപ്രകൃതിയുമാണെങ്കിൽ മരങ്ങൾ പിഴുതു പോകാൻ സാദ്ധ്യതയേറെയാണ്.

കാറ്റ് അധികമായി അനുഭവപ്പെടുന്ന സ്ഥലങ്ങളിൽ നടുകയാണെങ്കിൽ ചുറ്റും കാട്ടുമരങ്ങളോ മുളയോ വച്ചുപിടിപ്പിച്ച് കാറ്റിന്റെ ശക്തിയെ കുറച്ചൊക്കെ തടയാൻ സാധിക്കും. അങ്ങനെ നടുന്ന മരങ്ങൾ റബ്ബറിനേക്കാൾ വേഗത്തിൽ വളരുന്ന ഇനങ്ങളായിരിക്കണം. തേക്ക്, പ്ലാവ് മുതലായവ പെട്ടെന്ന് വളർന്ന് ഉയരുന്നവയാണ്. ഇവയുടെ തടിയും ശിഖരങ്ങളും റബ്ബറിനെ അപേക്ഷിച്ച് ബലം കൂടുതൽ ഉള്ളവയുമാണ്.

സൂര്യാഘാതം

റബ്ബറിന്റെ പട്ടയിൽ സൂര്യാഘാതം പെട്ടെന്ന് പ്രതിഫലിക്കുന്നതാണ്. തൈകളിൽ ഇതിന്റെ ആഘാതം കൂടുതലാണ്. ലായനി പുരട്ടി ടാപ്പിങ്

തുടങ്ങുന്നതുവരെ തൈകൾ വേനൽക്കാലത്ത് ചൈനാ ക്ലേ ലായനി പുരട്ടി സൂര്യാഘാതത്തെ തടയാൻ സാധിക്കും. ചെറുതൈകൾ ഓലയോ തണുങ്ങോ ഉപയോഗിച്ച് മറച്ചുകെട്ടുന്നതും നല്ലതാണ്. പൊള്ളലേറ്റ് ഉണങ്ങിയ പട്ട ചുരണ്ടി മാറ്റി മഹാതോട്ടക്സോ ട്രീസിലോ റബ്ബർ കോട്ടോ ബ്രഷ് ചെയ്ത് കൊടുക്കുന്നതും നല്ലതാണ്. കുമ്മായം ലായനിയാക്കിയും തൈകളിൽ തേച്ചുകൊടുക്കാവുന്നതാണ്.

ഇടിമിന്നൽ കൊണ്ടുണ്ടാകുന്ന ക്ഷതങ്ങൾ

മിന്നലിന്റെ കഠിനമായ ആഘാതത്തിൽ മരം പെട്ടെന്ന് ഉണങ്ങിപ്പോകുന്നു. പട്ടയിൽ ചെറിയ തോതിലാണ് മിന്നലേൽക്കുന്നതെങ്കിൽ പട്ട ഉണങ്ങുകയും വിണ്ടുകീറുകയും ചെയ്യുന്നു. ഇങ്ങനെ ചെറിയ തോതിലുണ്ടാകുന്ന ആഘാതങ്ങളെ മെറിക്യൂറിയൽ ഫംഗിസൈഡ് ഉപയോഗിച്ച് ട്രീറ്റ് ചെയ്തശേഷം Wound dressing compound കളായ മഹാതോട്ടക്സോ, ട്രീസിലോ തേച്ചുകൊടുക്കാം. പട്ട കാലക്രമേണ പഴയരീതിയിൽ ആയിത്തീരുന്നു. തുടർന്ന് ടാപ്പിങ് നടത്താൻ സാധിക്കും.

തീപിടുത്തം

വേനൽക്കാലങ്ങളിൽ റബ്ബർതോട്ടങ്ങളിൽ തീ പിടുത്തം സർവ്വസാധാരണമാണ്. ഇത് തടയാനായി തോട്ടത്തിന് ചുറ്റും, മതിയായ വീതിയിൽ ഫെയർ ബൽറ്റ് എടുക്കുക. തൈമരങ്ങളുടെ ചുവട്ടിൽ പുതയിട്ടിരിക്കുന്ന ഇലയും പുല്ലും വല്ലാതെ ഉണങ്ങിയിരിക്കും. ആകയാൽ തൈകളുള്ള തോട്ടത്തിൽ തീ കയറാനുള്ള സാദ്ധ്യതകൾ എല്ലാം ഒഴിവാക്കണം.

വലിയ മരങ്ങളുള്ള തോട്ടങ്ങളിൽ ഇല കൊഴിച്ചിലിനു ശേഷം ധാരാളം ഇലകൾ കാണപ്പെടും. ഇവിടങ്ങളിൽ ഇടവിട്ടുള്ള മേൽത്തട്ടുകളിൽ പാത്രങ്ങളിൽ വെള്ളം നിറച്ചുവച്ചിരുന്നാൽ, യാദൃച്ഛികമായുണ്ടാകുന്ന തീ അണയ്ക്കുവാൻ സാധിക്കുന്നതാണ്. ഫയർ എഞ്ചിനുകൾ ലഭ്യമാകാത്ത സ്ഥലങ്ങളിൽ അവയുടെ ഉപയോഗവും പ്രയോജനപ്പെടുത്താം.

തീ പടർന്ന് പട്ടയിൽ അധികമായി ചൂടേറ്റതായി മനസ്സിലാക്കിയാൽ ആ ഭാഗം ചൈനാ ക്ലേ പുരട്ടികൊടുക്കാവുന്നതാണ്.

5. രാസബാധ

അമിതമായതും, കാലപ്പഴക്കം ചെന്നതുമായ സ്പ്രേ ഓയിൽ, അധികം പഴകിയ കോപ്പർ സൾഫേറ്റ് ഇവയുടെ ഉപയോഗം, മണ്ണെണ്ണയുടെ സാന്നിദ്ധ്യം, ചില കുറഞ്ഞ ക്വാളിറ്റി റെയിൻഗാർഡ് (മഴമറ) പശ എന്നിവ മൂലം മരത്തിൻ പട്ടയിലും ഇലച്ചില്ലിലും കേടും കരിച്ചിലുമുണ്ടാകും. ഇത്തരം രാസവസ്തുക്കളെ ഒഴിവാക്കേണ്ടതാണ്.

പ്രാണികളും മൃഗങ്ങളും കൊണ്ടുണ്ടാകുന്ന നാശനഷ്ടങ്ങൾ

ഉപദ്രവകാരികളായ പ്രാണികൾ മിക്കപ്പോഴും ഷഡ്പദങ്ങളായിരിക്കും. ഇവയിൽ ചിലതിന് ചിറകുകളും പറന്ന് മാറാൻ കഴിവുള്ളവയുമായിരിക്കും.

ഇത്തരം ജീവികളെ മൂന്നായി തിരിക്കാം.

ഇവ: പ്രാണികൾ (Insects), പ്രാണികൾ അല്ലാത്തവ (Non-insects and vertibrates) നട്ടെല്ലുള്ളവ (Vertibrates)

I. പ്രാണികൾ (Insects)

വേരിനെ ആക്രമിക്കുന്ന പുഴുക്കൾ

ചില ഇനം വണ്ടുകളുടെ പുഴുക്കളാണ് ഇവ. ഇത്തരം വണ്ടുകൾ (beetles) മണ്ണിൽ മുട്ടയിടുകയും അവ വിരിഞ്ഞുണ്ടാകുന്ന പുഴുക്കൾ വേരിലേക്ക് കടന്നു കയറി വേരുകളെ ആഹാരമാക്കുന്നു. എണ്ണത്തിൽ കൂടുതലായി പെരുകി വേരുകളെ മുഴുവനായി നശിപ്പിക്കാൻ ഇവയ്ക്ക് കഴിയും. പ്രാരംഭലക്ഷണം ഇലകൾ മഞ്ഞനിറം പ്രാപിക്കുന്നതാണ്.

ഈ പുഴുക്കളെ ഉല്പാദിപ്പിക്കുന്ന വണ്ടുകളുടെ തോടുകൾ കടുപ്പം കൂടിയവയായിരിക്കും. ഇത്തരം വളർച്ച പ്രാപിച്ച വണ്ടുകൾ റബ്ബർ മരത്തെ ആക്രമിക്കാറില്ല. പുഴുക്കൾ "C" ആകൃതിയിൽ ഉള്ളതും പുറംഭാഗം തോടില്ലാതെ മൃദുലവുമായിരിക്കും. മിക്ക പുഴുക്കളും വെള്ളനിറത്തിൽ കാണപ്പെടുന്നു. തെങ്ങിനെ നശിപ്പിക്കുന്ന റെനോസറസ് ബീറ്റിലുകളുടെ പുഴുക്കൾ (കുണ്ടളപ്പുഴു) വലിപ്പമേറിയവയും വേരുകളെ അധികമായി തിന്ന് വളരുന്നവയുമാണ്. റബ്ബർ തോട്ടത്തിൽ ചാണകം വളമായി ഇട്ടാൽ ഇത്തരം വണ്ടുകൾ ചാണകത്തിൽ മുട്ടയിട്ട് ധാരാളം പുഴുക്കൾ ഉണ്ടാവുകയും വലിയ രീതിയിൽ വേരുകളെ തിന്ന് മരത്തെ ഉണക്കിക്കളയുന്നതുമാണ്. വനപ്രദേശങ്ങൾക്കടുത്ത് വളരുന്ന റബ്ബറുകളുടെ വേരുകളിലും ഇത്തരം പുഴുക്കളുടെ ആക്രമണം അധികരിച്ച് കാണുന്നു. ഈ പുഴുക്കൾ വളർച്ച പ്രാപിച്ച് വണ്ടുകളായി തീർന്ന് 2 മാസം ജീവിക്കുകയും പ്രത്യുല്പാദനം നടത്തിയതിനുശേഷം നശിച്ചുപോകുകയും ചെയ്യുന്നു. ഇതിന്റെ ജീവിത ചക്രം മുട്ട മുതൽ വണ്ടുവരെ ഒരു വർഷക്കാലം നീളുന്നതാണ്. ഈ വണ്ടുകളെ മെർക്കുറി വിളക്കുകളുടെയോ ട്യൂബ് ലൈറ്റിന്റെയോ വെളിച്ചത്തിൽ വലകളിൽ കുടുക്കി നശിപ്പിക്കാൻ സാധിക്കും.

കടന്നൽ, ഓന്ത്, ഉരഗങ്ങൾ എന്നിവ ഇവയെ ഭക്ഷണമാക്കാറുണ്ട്. മാർച്ച് - ഏപ്രിൽ മാസങ്ങളിൽ ഡി ഡി റ്റി 0.4% വീര്യത്തിലും ബി എച്ച് സി 10% പൊടിയും മരത്തിന്റെ ചുവട്ടിൽ വിതറി ഇതിന്റെ ഉപദ്രവം നിയന്ത്രിക്കാൻ സാധിക്കും.

പട്ട കേടുവരുത്തുന്ന ശലഭങ്ങൾ

ചിലതരം ശലഭങ്ങൾ റബ്ബറിന്റെ പട്ടയിൽ മുട്ടകൾ നിക്ഷേപിക്കുകയും അവ വിരിഞ്ഞുണ്ടാകുന്ന ലാർവ പട്ടയുടെ ഉള്ളിൽ പ്രവേശിച്ച് അവിടെ ഇരുന്ന് പ്യൂപ്പയായി വീണ്ടും ഉള്ളിലേക്ക് കയറി, പട്ടയിൽ കേടുവരുത്തുകയും; മരത്തിൽ വിവിധതരം ഫംഗസ് പ്രവേശിക്കുന്നതിന് കാരണമാകുകയും ചെയ്യുന്നു. ഈ പ്യൂപ്പ പട്ടയുടെ ഭാഗങ്ങൾ ആഹാരമാക്കി വളർന്ന് ശലഭങ്ങളായി പറന്നുപോകുന്നു. കന്യാകുമാരി, കൊല്ലം, കോട്ടയം ജില്ലകളിൽ ഇത്തരം കീടബാധ കണ്ടുവരുന്നു. മഴക്കാലത്തോടെ ഈ കീടങ്ങൾ അപ്രത്യക്ഷമാകുന്നു.

0.05% സെവിൻ എന്ന രാസപദാർത്ഥം പട്ടയിൽ തളിച്ച് ഈ പ്രാണികളെ നിയന്ത്രിക്കാം. ഇവ കടന്നുകൂടിയ ഭാഗങ്ങളിൽ ചുവപ്പ് നിറത്തിൽ ദ്രാവകം പുറത്തേക്ക് ഒലിച്ചിറങ്ങി കാണുന്നുണ്ട്. ഇത് കണ്ടുപിടിച്ച് അവിടെ വേണം മരുന്ന് തളിക്കാൻ.

ചിതൽ

മണ്ണിനടിയിൽ കൂട്ടമായി കണ്ടുവരുന്ന ചിതൽ, വലിയ പുറ്റുകൾ രൂപപ്പെടുത്തി അതിൽ കഴിഞ്ഞുകൂടുന്നു. തേനീച്ചയെപ്പോലെ റാണി, ആൺചിതൽ, ജോലിക്കാർ, കാവല്ക്കാർ എന്നീ ഇനങ്ങളിലായി ഇവ കാണപ്പെടുന്നു. റബ്ബറിന്റെ അടിഭാഗത്ത് മണ്ണിൽ കൂട്ടം കൂടി പുറംചട്ടയും അത് കഴിഞ്ഞ് ഉള്ളിലേക്ക് പ്രവേശിച്ച് തടിയുടെ ഭാഗങ്ങളും ആഹാരമാക്കുന്നു. വേനൽക്കാലത്ത് പുതയിടുന്നതും തിന്ന് തീർക്കുന്നു. പട്ട തിന്ന് തീർക്കുന്ന ഭാഗത്ത് തടിയിൽ സൂര്യാഘാതം ഉണ്ടാകാനും വേരിന്റെ ഭാഗം (തിന്ന് നശിപ്പിച്ച്) മരം കാറ്റിൽ മറിഞ്ഞു പോകുന്നതിനും സാദ്ധ്യതയുണ്ട്. ചിതലിന്റെ ആക്രമണം കാണുന്ന ഭാഗങ്ങളിൽ മണ്ണിളക്കി 0.05% ആൽഡ്രിൻ എന്ന രാസവസ്തു ഇട്ടുകൊടുത്ത് മണ്ണ് മൂടിയാൽ ഇതിന്റെ ആക്രമണത്തിൽ നിന്നും തൈകളെ രക്ഷപ്പെടുത്താം. പ്രായപൂർത്തിയായ മരങ്ങളിൽ ഈ പ്രാണിയുടെ ആക്രമണം വിരളമാണ്.

ചെള്ള്, ഇലപ്പേൻ

തൈകളിൽ പറ്റിപ്പിടിച്ചിരുന്ന് നീരൂറ്റി കുടിച്ച് തൈകളുടെ വളർച്ചയെ മുരടിപ്പിക്കുന്ന പിന്നോട്ടടിക്കുന്ന കീടമാണ് ചെള്ള്, (ഇലപ്പേൻ) തുടങ്ങിയവ. ഇവ കൂട്ടമായി തൈയുടെ പച്ചനിറമുള്ള പ്രധാന തട്ടുകളിൽ പൊതിഞ്ഞിരിക്കുന്നതു കാണാം.

മാലത്തിയോൺ എന്ന കീടനാശിനി, 0.05% വീര്യമുള്ളവ ഈ കീടങ്ങളിൽ തളിച്ചു കൊടുത്താൽ ഇവയുടെ ആക്രമണം പൂർണ്ണമായി തടയാൻ സാധിക്കും. ഇത്തരം കീടങ്ങൾ അപൂർവ്വമായി മാത്രം കണ്ടുവരുന്നവയാണ്.

മുറിച്ച് സൂക്ഷിച്ചിരിക്കുന്ന റബ്ബർ തടിയിൽ കയറിപ്പറ്റി തടിയെ നശിപ്പിക്കുന്ന ചെറിയതരം വണ്ടുകളുണ്ട്. നാടൻ രീതിയിൽ ഈ പ്രതിഭാസത്തെ 'ഊറാൻ' കുത്തുക എന്ന് പറയുന്നു. ഈ പ്രാണികൾ തടിയിൽ തുളച്ചുകയറി വെളിയിലേക്ക് വളരെയേറെ പൊടി വിസർജിക്കുന്നതു കാണാം. ഇങ്ങനെ കേടുവരുത്തുന്ന തടി ഉപയോഗശൂന്യമാകുന്നു.

ഈ പ്രാണികൾ (ചെറിയ തരം വണ്ടുകൾ) മിന്ധ്യാ റുജീകോളീസ് എന്ന ശാസ്ത്രനാമത്തിൽ അറിയപ്പെടുന്നു. വീര്യം കൂടിയ കീടനാശിനി ഉപയോഗിച്ചു പോലും ഈ പ്രാണികളെ തുരത്തുക എളുപ്പമല്ല. റബ്ബർ തടികൊണ്ട് വിവിധ ഇനം മര ഉരുപ്പടികൾ ഇന്ന് നിർമ്മിക്കുന്നുണ്ട്. ഈ തടികൾ കേടുകൂടാതെ സൂക്ഷിച്ച്, വിവിധ ഇനം മര ഉരുപ്പടികൾ നിർമ്മിക്കുന്നതിനായി തടി അറുത്തശേഷം "സോഡിയം പെന്റാ ക്ലോറോഫിനേറ്റ്" ബി എച്ച് സി, ബോറാക്സ് എന്നീ രാസവസ്തുക്കളടങ്ങിയ 1-2 ശതമാനം ലായനിയിൽ (തടിയുടെ ഭാരത്തിന്റെ ഒന്ന്, രണ്ട് ശതമാനം) 24 മണിക്കൂർ മുക്കിയിട്ടതിനുശേഷം ഉണക്കിയെടുത്ത് സൂക്ഷിക്കാവുന്നതാണ്. കാട്ടുമരത്തിന്റെ ലഭ്യത കുറഞ്ഞുവരുന്ന ഈ കാലയളവിൽ അതിന് പകരമായി റബ്ബർ തടി ഈ വിധം ഉപയോഗിക്കാൻ സാധിക്കും.

II. പ്രാണികളല്ലാത്തവ (Non-Insects)

പ്രാണികളല്ലാത്ത, എന്നാൽ റബ്ബർ കൃഷിയെ ദോഷമായി ബാധിക്കുന്ന രണ്ടു തരം ജീവികളുണ്ട്. അവ നട്ടെല്ലുള്ളവയും നട്ടെല്ല് ഇല്ലാത്തവയുമാണ്.

നട്ടെല്ലില്ലാത്തവ (Nov-Vertibrate)

ഒച്ചുകൾ

നട്ടെല്ലില്ലാത്ത വിഭാഗത്തിൽപെട്ടവയാണ് ഒച്ചുകൾ.

ഇവ 2-3 വർഷം വരെ പ്രായമുള്ള മരങ്ങളുടെ അഗ്രമുകുളങ്ങളും തളിരും തിന്നു നശിപ്പിക്കുന്നു. തുടർച്ചയായുണ്ടാകുന്ന ഇത്തരം ആക്രമണം തൈകളുടെ വളർച്ചയെ ദോഷകരമായി ബാധിക്കുന്നു. തൈകളുടെ അഗ്രവളർച്ച തുടർച്ചയായി തടസ്സപ്പെടുമ്പോൾ ഡൈ ബാക്കു (Die back) പോലുള്ള രോഗങ്ങൾക്ക് തൈകൾ വിധേയമാകുന്നു.

ടാപ്പിങ് ആരംഭിച്ച മരങ്ങളിൽ പാൽ ശേഖരിക്കുന്ന കപ്പുകളിൽ ഇഴഞ്ഞു കയറി റബ്ബർപാൽ കുടിക്കുകയും കപ്പുകളിലൂടെ ഇഴഞ്ഞു നീങ്ങുമ്പോൾ പാൽ തൂകിപോവുകയും പാലിന്റെ ദൃഢത നഷ്ടമാകുകയും ചെയ്യുന്നു. 300-400 മുട്ടകൾ വരെ ഇടുവാൻ കഴിവുണ്ട് ഈ ഒച്ചുകൾക്ക്. ഇവ പുറന്തോടിനകത്ത് കഴിഞ്ഞു കൂടുകയും അവശ്യാനുസരണം പുറത്തുവന്ന് പുറംതോടോടു കൂടി ഇഴഞ്ഞു നീങ്ങുകയും ചെയ്യുന്നു.

ഇവയെ നിയന്ത്രിക്കാനായി ടെനിക് - (Tenik) എന്ന കീടനാശിനി, 10 ഗ്രാം തൈയുടെയോ മരത്തിന്റെയോ ചുവട്ടിൽ വട്ടത്തിൽ വിതറി പ്രതി

രോധിക്കാവുന്നതാണ്. ഈ രാസവസ്തുവിന്റെ സമ്പർക്കത്താൽ ഇവ ചത്തുപോകുന്നു.

നട്ടെല്ലുള്ളവ (Vertibrate)

എലികൾ

തുരപ്പൻ എലിയും (Burrowing rats) പെരുച്ചാഴിയും (Bandi rats) 3 വർഷം പ്രായമെത്തിയ തൈകൾ, മണ്ണിനടിയിലൂടെ തുരന്ന് മാളമുണ്ടാക്കി വേരും തടിയും അടിഭാഗങ്ങളും തിന്ന് നശിപ്പിക്കുന്നു. കാരണമാകുന്നു. വേരുകൾ മുറിഞ്ഞും മാളം വഴി ചുവട്ടിലെ മണ്ണ് പുറംതള്ളപ്പെട്ടും തൈകൾ പിഴുതുപോകുകയും ചെയ്യുന്നു. പിഴുതുവീഴാതെ തന്നെ തൈകൾ മുഴുവനായി ഞെങ്ങിനില്ക്കുന്ന അവസ്ഥയും കണ്ടുവരുന്നു. സിങ്ക് ഫോസ്ഫൈഡ് എലിനശീകരണത്തിന് ഫലപ്രദമാണ്. കപ്പക്കിഴങ്ങിലോ, ഉരുളക്കിഴങ്ങിലോ വച്ചു കൊടുത്താൽ എലി ഇവ തിന്ന് ചത്തു കൊള്ളും. എലിക്കെണി വെക്കുന്നതും ഫലപ്രദമാണ്.

മുള്ളൻപന്നി (Porcupine)

ഇവ എല്ലാ പ്രായത്തിലുമുള്ള റബ്ബർമരങ്ങളിലും ശല്യം ചെയ്യാറുണ്ട്. മരത്തിന്റെ ചുവട്ടിലുള്ള പട്ടയും തടിയും കാർന്ന് തിന്ന് നശിപ്പിക്കുന്നു. മരത്തിന്റെ ചുറ്റുമുള്ള പട്ട മുഴുവനായി കാർന്ന് തിന്നുന്നത് മരം ഉണങ്ങിപ്പോകാൻ കാരണമാകാറുണ്ട്. ചുവട്ടിലെ മണ്ണ് മാന്തി മാറ്റി വേരിന്റെ ഭാഗങ്ങളും ഭക്ഷണമാക്കുന്നു. ഇങ്ങനെ ചെയ്യുമ്പോൾ മരം കടപുഴകി വീഴാനും സാദ്ധ്യത ഏറെയാണ്. കെണിയിൽപെടുത്തിയോ വെടിവെച്ചോ ഇവയെ കൊന്ന് പ്ലാന്റേഷനെ രക്ഷിക്കുന്ന രീതി നിലനിന്നിരുന്നു. ഇപ്പോൾ വന്യമൃഗങ്ങളെ കൊല്ലുന്നത് ശിക്ഷാർഹമാണെന്ന നിയമങ്ങൾ പ്രാബല്യത്തിലുള്ളതിനാൽ ഇഴ അടുപ്പത്തിൽ വൈദ്യുത വേലി സ്ഥാപിച്ച് ഇവയുടെ തോട്ടത്തിലേക്കുള്ള കടന്നുവരവ് നിയന്ത്രിക്കുകയാണ് പോംവഴി.

കാട്ടുപന്നി, ആന, മാൻ എന്നിവയും റബ്ബർ തോട്ടത്തിന് വലിയ നാശനഷ്ടങ്ങൾ വരുത്തുന്ന മൃഗങ്ങളാണ്. ഇവയേയും ഇത്തരം വേലി നിർമ്മിച്ച് തടയാനേ കഴിയൂ. മൃഗങ്ങളെ വലിയ ശബ്ദമുണ്ടാക്കി വിരട്ടി ഓടിക്കാവുന്നതുമാണ്.

ആവരണ വിളകളേയും കീടങ്ങൾ നശിപ്പിക്കാറുണ്ട്. പ്യൂരേറിയയിലാണ് അധികമായി കീടബാധ കണ്ടുവരുന്നത്. മ്യൂക്കുണയിൽ രോഗബാധ പൊതുവേ കുറവായി കാണുന്നു.

തോട്ടത്തിൽ മനുഷ്യരെ ആക്രമിക്കുന്ന കീടങ്ങൾ

കൊതുക് (Mosquito)

ഇത് ടാപ്പിങ് തൊഴിലാളികളെ വളരെയേറെ ഉപദ്രവിക്കുന്ന കീടമാണ്. റബ്ബർ പാൽ ശേഖരിച്ചശേഷം കപ്പു മലർത്തി വച്ചിരുന്നാൽ മഴ

ക്കാലത്ത് അതിൽ വെള്ളം നിന്ന് കൊതുകു മുട്ടയിട്ട് പെരുകാൻ സാദ്ധ്യത ഏറെയാകയാൽ കറ ശേഖരണത്തിനുശേഷം കപ്പ് കമഴ്ത്തിവെക്കേണ്ട താണ്. എസ്റ്റേറ്റിനോട് ചേർന്ന് മനുഷ്യവാസ മേഖലകളിലും കൊതുകു ശല്യം കൂടുതലായി കാണുന്നു. ഇത് ഒഴിവാക്കാനായി ഒഴിഞ്ഞ പാത്ര ങ്ങൾ, റബ്ബർ ശേഖരിക്കാനുള്ള കപ്പ് ഇവ കമഴ്ത്തി വയ്ക്കേണ്ടതും വെള്ളം കെട്ടി നില്ക്കുന്ന കുളങ്ങളോ കുഴികളോ ഉണ്ടെങ്കിൽ 0.2% ഡി ഡി റ്റിയോ 0.5% ലെബേസിഡ് പെസ്റ്റിസൈഡോ കലർത്തി കൊതുകു മുട്ടയിടാനുള്ള സാഹചര്യം ഒഴിവാക്കണം. കുടിവെള്ളം ഉപയോഗിക്കാ നുള്ള ടാങ്കോ ചെറിയ കിണറോ ഉണ്ടെങ്കിൽ കൊതുകു കടക്കാത്തവിധം ചെറിയ കണ്ണികളുള്ള വല കൊണ്ട് മൂടിയിടണം. തോട്ടത്തിൽ ജോലി യിൽ ഏർപ്പെടുന്നവർ ശരീരം കവർ ചെയ്ത് വസ്ത്രം ധരിക്കുകയും ചെയ്യണം.

2. മൂപ്ലിയം വണ്ട് (Mooply beetle)

റബ്ബർ തോട്ടങ്ങളിൽ ഇന്ത്യയിലാദ്യമായി കറുത്ത ചെറിയ വണ്ടിനെ കണ്ടത് തൃശൂർ ജില്ലയിൽ പുതുക്കാടിനടുത്തുള്ള മൂപ്ലിയം എസ്റ്റേറ്റിലാണ്. ഹാരിസൺസ് മലയാളം വക, കുണ്ടായി, ചൊക്കൻ, മൂപ്ലി വാലി എന്നീ മൂന്നു എസ്റ്റേറ്റുകളിൽ ഇവയെ കണ്ടെത്തിയതായി പറയുന്നു. അവിടെ നിന്നും ഇന്ത്യയിൽ റബ്ബർ കൃഷി ഉള്ള മറ്റ് സ്ഥലങ്ങളിലേക്ക് കൂടി ഇവ വ്യാപിക്കുകയും മൂപ്ലി ബീറ്റിൽ എന്ന പേരിൽ അറിയപ്പെടുകയും ചെയ്യു ന്നു. ചില കെട്ടിടങ്ങളിൽ നിന്ന് ആളുകൾ താമസം മാറുന്ന സാഹചര്യം പോലും ഉണ്ടായിട്ടുണ്ട്. ശൈത്യകാലത്തുണ്ടാകുന്ന ഇലകൊഴിച്ചിലിനു ശേഷം റബ്ബർ തളിരിടുമ്പോൾ ഒയിഡിയം ഫംഗസ് ആക്രമണത്തിൽ തളിരുകൾ താഴെ വീഴുന്ന തളിരുകളിൽ ഇവയുടെ പ്യൂപ്പ വളരുകയും ഇലകളെ ഭക്ഷണമാക്കുകയും ചെയ്യുന്നു. ആദ്യ ഇടമഴ പെയ്യുന്ന സന്ധ്യകളിൽ ഇവ കൂട്ടമായി പറന്ന് സമീപകെട്ടിടങ്ങളിൽ വാസം ഉറപ്പി ക്കുന്നു. വർഷം മുഴുവൻ അവിടെ തന്നെ കഴിഞ്ഞു കൂടുകയാണ് പതി വ്. 0.2% ഡി ഡി റ്റി ലായനി സ്പ്രേ ചെയ്ത് ഇവയെ കുറേയൊക്കെ നിയന്ത്രിക്കാൻ സാധിക്കും.

ടാപ്പിങ്

വിവിധ രീതിയിൽ റബ്ബർ മരം ടാപ്പ് ചെയ്യാവുന്നതാണ്.

ശാസ്ത്രീയമായ രീതിയിൽ നടത്താവുന്ന ടാപ്പിങ്ങിനെ ഇങ്ങനെ നിർവ്വചിക്കാം:

"റബ്ബർ പാൽ പരിശോധിക്കുന്നതിനായി റബ്ബർ മരത്തിന്റെ പട്ടയിൽ (തൊലി) നിശ്ചിത സമയത്ത് നിയന്ത്രിത രീതിയിൽ (കത്തി ഉപയോഗിച്ച്) മുറിവുണ്ടാക്കുന്ന പ്രവൃത്തിയെ ടാപ്പിങ് എന്ന് പറയുന്നു."

ടാപ്പിങ്ങിന് ഉപയോഗിക്കുന്ന പലവിധം കത്തികളുണ്ട്. അവയുടെ പേര് താഴെ കൊടുക്കുന്നു.

1. ജബോങ് നൈഫ് (Gabong Knife)
2. മിച്ചിഗോലഡ്ജ് (Michi goledge knife)
3. ഗൂജ് (Gouge knife)

ഒന്നും രണ്ടും ഇനങ്ങളാണ് ഏറെ പ്രചാരത്തിലുള്ളത്. ഇതിൽ തന്നെ ജബോങ് നൈഫാണ് ഏറ്റവും സൗകര്യപ്രദമായത്. മലേഷ്യയിലാണ് ജബോങ് നൈഫ് ആദ്യമായി പ്രചാരത്തിൽ വന്നത്.

ഹീവിയ ജനുസ്സിന്റെ തറവാടായ ബ്രസീലിൽ മുൻകാലങ്ങളിൽ അപരിഷ്കൃതമായ രീതിയിലും അത്ര നല്ല മൂർച്ചയില്ലാത്ത കത്തികൾ ഉപയോഗിച്ചും ടാപ്പിങ് നടത്തിയിരുന്നതായി രേഖപ്പെടുത്തിയിട്ടുണ്ട്. ഓരോ പ്രാവശ്യവും പട്ടയിൽ മുറിവുണ്ടാകുമ്പോൾ കാമ്പിയം മുറിഞ്ഞ് തടി വരെ കേടുപറ്റുകയും പട്ടയിൽ പുനർജ്ജീവനം (Regeneration) സങ്കീർണ്ണമാവുകയും മരത്തിൽ മുഴകളുണ്ടായി പട്ട രണ്ടാമത് ടാപ്പിങ്ങിന് സാദ്ധ്യമാകാത്ത രീതിയിൽ ടാപ്പിങ് കാലയളവ് കുറഞ്ഞുപോകുകയും ചെയ്തു വരുന്നതായി കാണാം. ഇതിന് വ്യത്യസ്തമായി, മരത്തിനു കേടുപാടുണ്ടാകുന്നത് കുറയ്ക്കാവുന്ന രീതിയിൽ പുതിയ തരം കത്തി പാക

പ്പെടുത്തി ഇന്നത്തെ ടാപ്പിങ്ങിന്റെ ഒരു പൂർവ്വ രൂപം ക്രമപ്പെടുത്തിയത് “റീഡ്‌ലി” എന്ന വ്യക്തിയാണ്. 1900 ന് ശേഷം ഈ പരിഷ്കരിച്ച രീതി തോട്ടമുടമകൾ നടപ്പിലാക്കിത്തുടങ്ങി. മിതമായ രീതിയിൽ വെട്ടുചാലിൽ ചെറിയ ചരിവിട്ട് വെട്ട് ക്രമീകരിച്ചാൽ മരത്തിൽ ടാപ്പിങ്ങിന്റെ കാലയളവ് ദീർഘിപ്പിക്കാൻ സാധിക്കുമെന്നും പാൽ വശങ്ങളിലേക്ക് മറിഞ്ഞു പോകാതെ വെട്ടുചാലിന്റെ മുൻഭാഗത്ത് ശേഖരിക്കാൻ സാധിക്കുമെന്നും മനസ്സിലാക്കിയ കർഷകർ ഈ രീതി പിന്തുടർന്നു.

റബ്ബർ മരത്തിന്റെ പട്ടയിലുള്ള കലകളെക്കുറിച്ചും റബ്ബർ പാൽ ഉല്പാദനത്തെക്കുറിച്ചും കൃത്യമായ അറിവുകൾ ഇല്ലാതിരുന്ന ആദ്യകാലങ്ങളിൽ ശാസ്ത്രീയ രീതിയിൽ റബ്ബർ കറ ശേഖരണം നടന്നിരുന്നില്ല. സ്വാഭാവിക റബ്ബറിന്റെ ആവശ്യകത കൂടിവന്ന 19-ാം നൂറ്റാണ്ടിന്റെ ആദ്യകാല ഘട്ടം മരങ്ങളിൽ കൂടുതൽ നീളമുള്ള വെട്ടുചാൽ തുറന്ന് കറ സംഭരണം നടത്തിത്തുടങ്ങി. ഒരു പ്രാവശ്യം വെട്ടി കറയെടുത്താൽ പിന്നീട് എത്ര സമയം കഴിഞ്ഞാണ് അത്രയും റബ്ബർ കറ മരത്തിൽ ഉല്പാദിപ്പിക്കപ്പെടുന്നതെന്ന് ആദ്യകാലങ്ങളിൽ മനസ്സിലാക്കിയിരുന്നില്ല. എങ്ങനെയൊക്കെയോ മരത്തിൽ മുറിവുണ്ടാക്കി കറ ശേഖരിക്കുന്ന രീതി പരീക്ഷണ നിരീക്ഷണങ്ങളുടെ അടിസ്ഥാനത്തിൽ 19-ാം നൂറ്റാണ്ടിന്റെ മദ്ധ്യത്തോടെ കുറെയേറെ ശാസ്ത്രീയ അടിസ്ഥാനത്തിൽ കൊണ്ടുവരാൻ സാധിച്ചു.

ടാപ്പിങ് തുടങ്ങുന്നതിന് ഒരു നിശ്ചിത ചുറ്റളവ് (Grith) മരത്തിന് ഉണ്ടായിരിക്കണം. റബ്ബർ ബോർഡ് വിവിധ പരീക്ഷണ നിരീക്ഷണങ്ങളുടെ അടിസ്ഥാനത്തിൽ റെക്കമന്റ് ചെയ്യുന്നത് 50 സെ മീ ഉയരമുള്ള 55 സെ മീ ചുറ്റളവ് ഉണ്ടായിരിക്കണം എന്നാണ്. വിളമരം ചുവട്ടിൽ നിന്നും കവരങ്ങൾ (ശിഖരങ്ങൾ) തിരിയുന്ന ഉയരം വരെ കോണിക്കൽ രീതിയിലായിരിക്കും വളർച്ച കാണിക്കുന്നത്. ബഡ് മരങ്ങളിൽ ബഡ് ചേർത്ത ഭാഗത്തുനിന്നും 125 സെ മീ ഉയരവും 50 സെ മീ കുറയാതെ ചുറ്റളവും ഉണ്ടായിരിക്കണം. ബഡ് മരം ബഡ് ചേർത്ത ഭാഗം മുതൽ ശിഖരങ്ങൾ വരെ സിലിണ്ടറിക്കൽ രീതിയിലായിരിക്കും വളർച്ച കാണിക്കുന്നത്. ടാപ്പിങ് തുടങ്ങിക്കഴിയുമ്പോൾ മരങ്ങളുടെ വണ്ണം വയ്ക്കുന്ന പ്രക്രിയ മുൻപുള്ളതിനേക്കാൾ കുറഞ്ഞ തോതിലായിരിക്കും. മുകളിൽ പറഞ്ഞിരിക്കുന്ന ചുറ്റുവണ്ണം വയ്ക്കുന്നതിനു മുമ്പായി ടാപ്പിങ് തുടങ്ങിയാൽ ലഭിക്കുന്ന പാലിന്റെ അളവ് കുറവായിരിക്കും. നല്ല രീതിയിൽ പരിചരണം ലഭിക്കുന്ന തൈകൾ 6 വർഷം കൊണ്ട് മുകളിൽ പറഞ്ഞിരിക്കുന്ന ചുറ്റളവിൽ എത്തിയിരിക്കും.

മാർക്കിംഗ്

ബഡ് മരമായാലും വിത്തുമരമായാലും നിശ്ചിതവണ്ണം ഉറപ്പാക്കിയതിനുശേഷം ഓരോ ഇനത്തിനും മുകളിൽ പറഞ്ഞിരിക്കുന്ന ഉയരത്തിൽ ഒരു റീപ്പ് ഉപയോഗിച്ച് അടയാളപ്പെടുത്താം. അടയാളപ്പെടുത്തിയ

സ്ഥാനത്ത് ഒരു ചരടോ ടേപ്പോ ഉപയോഗിച്ച് വട്ടമുള്ള അളവെടുത്ത് അതിനെ 2 ആയി ഭാഗിച്ച് ഒരു ഭാഗം അടയാളപ്പെടുത്തിയ സ്ഥാനത്തിന്റെ നേർ എതിർദിശയിൽ മരത്തിൽ ഒരു അടയാളം കൊടുക്കുക. അങ്ങനെ 2 ആയി അളന്നു തിരിച്ചശേഷം രണ്ട് അടയാളങ്ങളിലും ഒരു സ്ട്രെയി റ്റായുള്ള റീപ്പ് ഉപയോഗിച്ച് ഒരു ചെറിയ കമ്പി ഉപയോഗിച്ച് മരത്തിൽ നേർവര വരയ്ക്കുക. വരകൾ മരത്തെ കൃത്യം 2 ആയി പകുത്ത രീതി യിലായിരിക്കണം വരയ്ക്കുന്നത്. വരയ്ക്കുമ്പോൾ ശ്രദ്ധിക്കേണ്ട കാര്യം 2 അടയാളങ്ങളിൽനിന്നും അല്പം മുകളിലേക്കും (6 ഇഞ്ച്) 1 അടിയിൽ കുറയാതെ താഴേക്കും വരച്ചിരിക്കണം. ഫ്ളെക്സിബിളായ നാഗത്തകി ടിലോ തകരത്തിലോ തലയ്ക്കും 1 ഇഞ്ചിൽ കുറയാത്ത ഘടനത്തിലുള്ള റീപ്പ് പിടിപ്പിച്ചിരിക്കണം. തകിടിന്റെ വീതി 6 ഇഞ്ചിൽ കൂടാത്ത രീതിയി ലായിരിക്കണം. തകിടിൽ 2 അറ്റവും പട്ട പിടിപ്പിച്ച ഭാഗം വരെ നീളുന്ന 2-3 പൊഴിയിട്ടിരുന്നാൽ ഒരു വർഷം വെട്ടേണ്ട പട്ടയെ 3-4 ഭാഗങ്ങളി ലായി തിരിച്ച് അടയാളപ്പെടുത്താൻ സാധിക്കും. പട്ട മരത്തോട് ചേർത്തു വയ്ക്കുമ്പോൾ മുൻഭാഗം 25^0-30^0 പട്ടയിൽ അടയാളം വീഴത്തക്ക രീതി യിൽ ക്രമീകരിച്ചിരിക്കണം. 25^0 വിത്തുമരത്തിന് മുൻഭാഗം താഴെ നിന്നും മുകളിലേക്കും ബഡ് മരത്തിന് 30^0 ചരിവ് മുൻഭാഗത്തുനിന്നും മുകളി ലേക്കും (പിൻഭാഗത്തേക്ക്) ആയിരിക്കണം അടയാളപ്പെടുത്തുന്നത്. വിത്തു മരത്തിന് ബഡ് മരത്തെ അപേക്ഷിച്ച് പട്ടയ്ക്ക് വീതി കൂടുതലാ കയാൽ പിൻഭാഗത്തു നിന്നും മുൻകാനയിലേക്ക് നിർബ്ബാധം പാൽ ഒഴു കുവാൻ 26^0 മതിയാകും. എന്നാൽ ബഡ് മരത്തിന് പട്ടയ്ക്ക് വീതി അല്പം കുറവാകയാൽ സൈഡിലേക്ക് കവിഞ്ഞൊഴുകാതിരിക്കാനും മുൻകാന യിലേക്ക് നിർബ്ബാധം ഒഴുകാനും 30^0 ചരിവ് ആവശ്യമാണ്. ഇങ്ങനെ പട്ട യിൽ അടയാളപ്പെടുത്താൻ ഉപയോഗിക്കുന്ന ഫ്ളെക്സിബിളായ പട്ടയെ ടെംപ്ലേറ്റ് എന്നുപറയുന്നു. ടെംപ്ലേറ്റിന്റെ മുകളിലും താഴെയും ഇടകളിലും കൂടി ചെറിയ മുനയുള്ള കമ്പി ഉപയോഗിച്ച് മാർക്ക് ചെയ്യാവുന്നതാണ്.

ടാപ്പിങ്ങിനാവശ്യമായ ഉപകരണങ്ങൾ

- **ടാപ്പിങ് കത്തി**

ടാപ്പിങ്ങിനുപയോഗിക്കുന്ന കത്തി നല്ല മൂർച്ചയുള്ളതായിരിക്കണം. റബ്ബർ പട്ടയിൽ വെട്ടുചാലിൽ നേരിയ ഒരു മുറിവ് നീളത്തിൽ ഉണ്ടാക്കു കയാണ് ടാപ്പിങ്ങിലൂടെ ചെയ്യുന്നത്. വെട്ടിയെടുക്കുന്ന അല്ലെങ്കിൽ ചീന്തി എടുക്കുന്ന പട്ടയുടെ ഘനം ഒരിഞ്ചിന്റെ 1/20 മാത്രമായിരിക്കണം.

ഒരിഞ്ച് പട്ട ഉപയോഗിച്ച് 20 ദിവസം ടാപ്പിങ് നടത്താൻ സാധിക്കും. റബ്ബർ മരത്തിന്റെ പട്ടയിൽനിന്നും ഒരു പ്രാവശ്യം വെട്ടിയെടുക്കുന്ന അത്രയും അളവ് പാൽ വീണ്ടും പട്ടയിൽ ശേഖരിക്കുന്നതിന് 72 മണി ക്കൂർ (3 ദിവസം) വേണ്ടിവരുന്നുണ്ട്. ആകയാൽ 3 ദിവസത്തിൽ 1 പ്രാവശ്യം മാത്രമേ ടാപ്പിങ് നടത്താൻ പാടുള്ളൂ. ടാപ്പിങ്ങിന്റെ ഉല്പാ ദനം കുറക്കുകയും മരത്തിൽ പട്ടമരപ്പ് (ബ്രൗൺ ബാസ്റ്റ്) എന്ന രോഗ

ത്തിന് കാരണമാവുകയും ചെയ്യുന്നു. 3 ദിവസത്തിൽ ഒന്ന് എന്ന കണക്കിൽ ടാപ്പ് ചെയ്യാൻ ഒരു വർഷം 100 ദിവസം വേണ്ടി വരും (അനുവദനീയ അവധി ദിവസങ്ങൾ കഴിച്ച്) അങ്ങനെ കണക്കാക്കുമ്പോൾ ഒരു വർഷം ടാപ്പിങ് നടത്തുന്നതിന് 5" പട്ട മതിയാകും എന്ന് കാണാം. ഈ രീതിയിൽ വെട്ടുന്നതിന് ഏറ്റവും മൂർച്ചയേറിയ കത്തി ആവശ്യമായി വരും. ഓരോ ദിവസവും ടാപ്പിങ് കഴിഞ്ഞ് കത്തിയിൽ റബ്ബറിന്റെ അംശം പറ്റിപ്പിടിച്ചിരിക്കുന്നത് ഒഴിവാക്കി കാർബറണ്ടം കല്ലുപയോഗിച്ച് രാകി മൂർച്ച വരുത്തേണ്ടതാകുന്നു. ഇങ്ങനെ ചെയ്യുമ്പോൾ ഒരു വർഷം ടാപ്പ് ചെയ്യാൻ 2 കത്തി വേണ്ടിവരും. പല കമ്പനികളും ജബോങ് കത്തി വിതരണം നടത്തുന്നുണ്ട്.

റബ്ബർ ടാപ്പിങ്

ചില്ല് (Spout)

വെട്ടുചാലിൽ കൂടി ഒഴുകി വരുന്ന റബ്ബർ പാൽ കപ്പിൽ എത്തുന്നതിനായി വി ആകൃതിയിലുള്ള ഒരു ചെറിയ മെറ്റൽ ഉപകരണം മുൻകാന അവസാനിക്കുന്നതിന് 1-2 ഇഞ്ച് താഴെയായി പട്ടയിൽ ഉറപ്പിക്കേണ്ടതാണ്. ഇത് പട്ടയിൽ ഉറപ്പിക്കുമ്പോൾ തടിയിൽ കയറാതെ ശ്രദ്ധിക്കണം. അല്ലാത്തപക്ഷം കാലക്രമേണ ആ ഭാഗം വെളിയിലേക്ക് തള്ളി പട്ടയിൽ മുഴകൾ ഉണ്ടാകാറുണ്ട്.

കപ്പ് ഹാങ്ങർ

ചെറിയ ജി ഐ കമ്പി വളച്ച് രൂപപ്പെടുത്തിയ കപ്പ് ഹാങ്ങർ രണ്ടറ്റത്തുമുള്ള കൊളുത്തുകളിൽ പ്ലാസ്റ്റിക് വള്ളി ഉപയോഗിച്ച് മരത്തോട് ബലമായി ചേർത്ത് കപ്പ് ചില്ലിനടിയിൽ വരുന്നതിന് പാകത്തിൽ കെട്ടിനിർത്തേണ്ടതാണ്. ഇതിൽ കപ്പ് വച്ച് വെട്ടുചാല് കടന്ന് ചില്ലിൽ കൂടി ഒഴുകി എത്തുന്ന റബ്ബർ പാൽ ശേഖരിക്കാവുന്നതാണ്. 5 ഇഞ്ച് വീതിയിൽ താഴേക്ക് പട്ട ഒരു വർഷം ഉപയോഗിക്കേണ്ടതിനാൽ ഈ അകലം കണ

ക്കാക്കി കപ്പ് ഹാങ്ങർ ഫിറ്റ് ചെയ്യുന്നത് നന്നായിരിക്കും. എന്നാൽ മഴക്കാല ടാപ്പിങ്ങിന് മഴമറ ഉപയോഗിക്കേണ്ടതിനാൽ അതിന്റെ പുറത്തേക്ക് കപ്പ് ഹാങ്ങറും കപ്പും താഴ്ന്നിരിക്കാൻ ഇടയാകരുത്. ഒരു വർഷം ടാപ്പിങ് കഴിയുമ്പോൾ കപ്പ് ഹാങ്ങറും ചില്ലും കപ്പും മരത്തിൽ നിന്ന് നീക്കം ചെയ്ത്, ഉപയോഗയോഗ്യമായവ അടുത്ത വർഷവും ഉപയോഗിക്കാവുന്നതാണ്. ചില്ല് പല പ്രാവശ്യം മാറ്റി താഴ്ത്തി അടിക്കേണ്ടതാകയാൽ മിക്കവയും അടുത്ത വർഷത്തേക്ക് ഉപയോഗയോഗ്യമായിരിക്കുകയില്ല. നാളികേരം ധാരാളമായി ലഭിക്കുന്ന കേരളം, തമിഴ്നാട്, കർണ്ണാടകം പോലുള്ള സംസ്ഥാനങ്ങളിൽ മൂടുചിരട്ട കപ്പിന് പകരം ഉപയോഗിക്കും. ഇപ്പോൾ പ്ലാസ്റ്റിക് ചിരട്ടയും സർവ്വസാധാരണമായി മാറിയിട്ടുണ്ട്. ഓരോ മരത്തിലുമുള്ള റബ്ബർ പാലിന്റെ ലഭ്യതയ്ക്കനുസരണമായി ചിരട്ടയുടെയോ കപ്പിന്റെയോ വലുപ്പം തീരുമാനിക്കാവുന്നതാണ്.

ടാപ്പിങ് ടാസ്ക്

ഓരോ ടാപ്പിങ്ങുകാരനും ഓരോദിവസവും ടാപ്പ് ചെയ്യേണ്ട മരങ്ങളുടെ എണ്ണം ഭൂമിശാസ്ത്രഅടിസ്ഥാനത്തിൽ തിട്ടപ്പെടുത്തി അതിർത്തി പ്രത്യേകം അടയാളപ്പെടുത്തിയിരിക്കണം.

സാധാരണയായി 300 മുതൽ 400 മരം വരെ ഒരു ടാപ്പിങ്ങുകാരന് ദിവസേന ടാപ്പു ചെയ്യാവുന്നതാണ്. കാലത്ത് 6 മണിക്ക് തുടങ്ങി 9 മണിക്ക് ടാപ്പിങ് അവസാനിപ്പിക്കേണ്ടതാണ്. ടാപ്പിങ് സമയം ദീർഘിക്കുന്തോറും റബ്ബർ പാൽ ഉല്പാദനത്തിൽ കുറവു സംഭവിക്കുന്നതായി കാണാം. റബ്ബർ മരത്തിൽ അതിരാവിലെ അനുഭവപ്പെടുന്ന ലീനമർദ്ദം (Turgor Pressure) സമയം കഴിയുംതോറും കുറഞ്ഞു വരുന്നതാണ് ഇതിനു കാരണം.

ടാപ്പിങ് റെസ്റ്റ്

ശൈത്യകാലത്ത് റബ്ബർ മരത്തിന് ടാപ്പിങ് ഒഴിവാക്കി വിശ്രമം കൊടുക്കുന്ന രീതി മുൻകാലങ്ങളിൽ അനുവർത്തിച്ചു വന്നിരുന്നു.

3-4 ആഴ്ചക്കാലം ഇങ്ങനെ ടാപ്പിങ്ങിന് ഇടവേള കൊടുത്തു വന്നിരുന്നു. എന്നാൽ കോർപ്പറേറ്റ് സ്ഥാപനങ്ങളിൽ സ്ഥിരം തൊഴിലാളികൾ ജോലി ചെയ്യുന്നതിനാൽ ടാപ്പിങ്ങിൽ നിന്നും ഒഴിവ് കൊടുക്കുന്ന സമയം അവരുടെ വേതനവും ജീവിതാവശ്യങ്ങളും കൂടുന്ന സാഹചര്യം ഉണ്ടാകും. അതൊഴിവാക്കേണ്ടതിനായി ടാപ്പിങ് ഇടവേള ഇപ്പോൾ പരിഗണനാർഹമല്ലാതായിട്ടുണ്ട്. ശൈത്യകാലത്ത് മണ്ണിൽ ജലാംശം കുറവാകയാൽ ഉല്പാദനം 50-60 ശതമാനംവരെ കുറവനുഭവപ്പെടുമെന്നല്ലാതെ അതുകൊണ്ട് മരത്തിന് മറ്റ് കേടുപാടുകളുണ്ടാകുന്നില്ല എന്ന് ഇന്ന് തെളിയിക്കപ്പെട്ടു കഴിഞ്ഞിട്ടുണ്ട്. എന്നാൽ ഇലകൊഴിഞ്ഞ് മരത്തിന്റെ ടാപ്പിങ് പട്ടയിൽ അധികമായി ചൂടേൽക്കാൻ സാദ്ധ്യതയുള്ളതിനാൽ ചൈനാക്ലേ ലായിനി പുരട്ടേണ്ടതാണ്.

ബാർക്ക് കൺസംപ്ഷൻ (Bark Consumption)

ഒരു ബഡ് മരം 125 സെ മീ ഉയരത്തിൽ ടാപ്പ് ചെയ്തു തുടങ്ങിയാൽ 6-7 വർഷക്കാലം ആദ്യം ടാപ്പിങ് തുടങ്ങുന്ന വശം താഴെ ബഡ് ചേർന്ന ഇടം വരെ ടാപ്പ് ചെയ്യാൻ സാധിക്കും. പിന്നീട് മറുവശവും അതേ രീതിയിൽ ടാപ്പിങ് തുടരുവാൻ സാധിക്കും. 12-14 വർഷം ടാപ്പിങ് ചെയ്തു കഴിയുമ്പോൾ ആദ്യം ടാപ്പിങ് തുടങ്ങിയ പട്ട വളർന്ന് വീണ്ടും അവിടെ ആദ്യം ചെയ്ത രീതിയിൽ തന്നെ ടാപ്പിങ് തുടരുവാൻ സാധിക്കുന്നു. ആദ്യം ടാപ്പിങ് തുടങ്ങിയ വെട്ടുചാലിന്റെ ഭാഗം എ പാനൽ എന്നും മറുഭാഗം ബി പാനൽ എന്നും ആദ്യപട്ടയിൽതന്നെ വീണ്ടും ടാപ്പിങ് തുടങ്ങുമ്പോൾ അതിനെ സി പാനൽ എന്നും മറുവശം ഡി പാനൽ എന്നും അടയാളപ്പെടുത്താം. ശ്രദ്ധാപൂർവ്വമുള്ള ടാപ്പിങ് നടത്തിയാൽ 24-28 വർഷങ്ങൾ നോർമൽ ടാപ്പിങ്ങും അതിനുശേഷം മുകൾ പട്ടയിൽ രണ്ടു വശങ്ങളിലുമായി 2 X 2 = 4 വർഷം ഹൈലവൽ 'വി' കട്ടും പിന്നീട് 3-4 വർഷം അവസാന ടാപ്പിങ്ങും (Slaugther) നടത്തുവാൻ സാധിക്കും. അങ്ങനെ ടാപ്പിങ് കാലയളവ് ഒരു പ്ലാന്റിങ്ങിൽ 31-36 വർഷം വരെ ദീർഘമേറിയതാക്കാം. വിളവെടുപ്പുവരെയുള്ള കാലം ഉൾപ്പെടെ കണക്കാക്കിയാൽ ഏകദേശം ആവറേജ് 40 വർഷം ഒരു റബ്ബർ മരം നിലനില്ക്കുന്നതായി കാണാവുന്നതാണ്. ടാപ്പിങ് തുടങ്ങുമ്പോൾ ചരിവിൽ കാണിക്കുന്ന കൃത്യത, അതായത് 25^0-30^0 ടാപ്പിങ് നടക്കുന്ന കാലമത്രയും നോർമൽ ടാപ്പിങ്ങിൽ പാലിക്കേണ്ടതാണ്. ചരിവു കുറഞ്ഞാൽ പാൽ വശങ്ങളിലേക്ക് തിരിഞ്ഞ് ഒഴുകുകയും കൂടിയാൽ അടിഭാഗമെത്തുമ്പോൾ ഐലന്റ് ബാർക്ക് രൂപപ്പെടുകയും ചെയ്യുന്നതാണ്.

സാധാരണ അവലംബിക്കുന്ന സിസ്റ്റം Alternative daily യും, 3rd daily യുമാണ്. ½ Spiral Alternate ടാപ്പിങ്ങിനെ S2/d/2 എന്നും ½ Spirel third daily ടാപ്പിങ്ങിനെ S/2, d/3 എന്നും അറിയപ്പെടുന്നു. S/2, D/3സിസ്റ്റമാണ് അഭികാമ്യം.

പാനലുകൾ

എ - സ്വാഭാവിക പട്ട (Vergin bark)

ബി - സ്വാഭാവിക പട്ടയുടെ മറുഭാഗം (Vergin bark/other side)

സി - സ്വാഭാവിക പട്ടയുടെ മേലുള്ള ആവർത്തന ടാപ്പിങ് ഭാഗം (Renewed bark on A panel)

ഡി - ആവർത്തന ടാപ്പിങ്ങിന്റെ മറുഭാഗം (Renewed bark on B panel)

കടുംവെട്ട്

High level "V" cut തുടങ്ങുന്നത് ബി പാനൽ റിന്യൂഡ് ബാർക്കിൽ ടാപ്പിങ് മരത്തിന്റെ അടിയിൽ എത്തിയതിനുശേഷം ആരംഭിക്കാവുന്ന

താണ്. നോർമൽ ടാപ്പിങ് ചെയ്യുന്നതിന് മുകളിലായി റിന്യൂഡ് എ പാനലോ ബി പാനലോ കട്ട് ആരംഭിച്ചിരുന്നതിന് മുകളിലായ വി കട്ട്മാർക്ക് ചെയ്തതിനുശേഷം ടാപ്പിങ് ആരംഭിക്കാവുന്നതാണ്. ഇങ്ങനെ ടാപ്പിങ് ചെയ്യുമ്പോൾ ടാപ്പിങ് പാനലിൽ താഴേക്കും മുകളിലേക്കും ഡബിൾ ചാനൽ വെട്ടാവുന്നതാണ്. ഇങ്ങനെ വെട്ടുമ്പോൾ പാലിന്റെ അളവ് വളരെയധികം വർദ്ധിക്കുന്നതായി കാണാം.

ഒക്ടോബർ, നവംബർ മാസങ്ങളിലായി എത്തിപ്പാൻ എന്ന സ്റ്റിമുലന്റ് പാനൽ അപ്ലിക്കേഷൻ നടത്തിയാൽ ലാറ്റക്സ് ഉല്പാദനം ഡബിളായി വർദ്ധിക്കുന്നതായി കാണാം. മഴയില്ലാതെ ടാപ്പിങ് നടത്താൻ പറ്റിയ കാലാവസ്ഥയിലാണ് ഈ സ്റ്റിമുലേഷൻ നടത്തേണ്ടത്. സ്ലോട്ടറോ, ഇന്റൻസീവ് ടാപ്പിങ്ങോ ചെയ്യുന്ന സമയങ്ങളിൽ മാത്രമായി സ്റ്റിമുലേഷൻ മാസത്തിൽ ഒന്ന് എന്ന രീതിയിൽ ക്രമീകരിച്ചിരിക്കണം. വി കട്ടിൽ അപ്പുവേഡ് ടാപ്പിങ് ചാലിൽ നിന്നും ബോട്ടം പാനലിൽ ലഭിക്കുന്നതിൽ കൂടുതൽ പാൽ ലഭിക്കുന്നതായി കാണാം. സ്ലോട്ടർ ടാപ്പിങ്ങായ ടാപ്പിങ്ങിന്റെ അവസാന കാലയളവിന് മുമ്പായി നടത്തുന്ന വെട്ട് Controlled upward cut എന്ന രീതിയിലായിരിക്കണം. ഇങ്ങനെ ചെയ്താൽ സ്ലോട്ടർ ടാപ്പിങ്ങിലും ക്രമമായി പാൽ ലഭിച്ചുകൊണ്ടേയിരിക്കും. ഈ വക ടാപ്പിങ്ങിനൊക്കെയും ഏണി ഉപയോഗിക്കേണ്ടതായി വരും. 1-2 സ്റ്റെപ്പ് മുകളിൽ കയറി നിന്ന് ടാപ്പ് ചെയ്യാൻ സാധിക്കും. ഇങ്ങനെ ടാപ്പ് ചെയ്യുമ്പോൾ ടാപ്പിങ് തൊഴിലാളികളുടെ എണ്ണം വർദ്ധിപ്പിക്കേണ്ടതായിവരും. 150 മരങ്ങൾ വച്ച് ടാപ്പിങ് ടാക്സ് റീ അറേഞ്ച് ചെയ്യേണ്ടതായി വരും. സ്ലോട്ടർ ടാപ്പിങ്ങിനുശേഷം മരങ്ങൾ മുറിച്ചു വിറ്റതിന് ശേഷം റീപ്ലാന്റിങ് ചെയ്യാൻ സാധിക്കും.

ടാപ്പിങ്ങിൽ ശ്രദ്ധിക്കേണ്ട കാര്യങ്ങൾ

1. S/2 - D/3 സിസ്റ്റത്തിൽ ടാപ്പിങ് തുടങ്ങുക.
2. 20-22 ഇഞ്ച് ചുറ്റുവണ്ണം വന്നതിന് ശേഷം മരം ടാപ്പിങ്ങിന് കൊണ്ടുവരിക.
3. മതിയായ പരിശീലനം ലഭിച്ച തൊഴിലാളികളെ ടാപ്പിങ്ങിനായി നിയമിക്കുക.
4. നല്ല മൂർച്ചയുള്ള ജബോങ്/മിച്ചിഗോലഡ്ജ് കത്തി ടാപ്പിങ്ങിനായി ഉപയോഗിക്കുക.
5. ടാപ്പിങ് കത്തി എല്ലാ ദിവസവും കാർബറണ്ടം കല്ല് ഉപയോഗിച്ച് മൂർച്ച കൂട്ടണം.
6. അതിരാവിലെ തന്നെ ടാപ്പിങ് തുടങ്ങുക.
7. രാവിലെ 9 ന് മുമ്പായി ടാപ്പിങ് പൂർത്തിയാക്കുക.
8. മാർക്ക് ചെയ്തശേഷം ആദ്യത്തെ കടുംപട്ട മാത്രം ഒതുക്കി വെട്ടുക.
9. 2 ദിവസത്തെ ഇടവേളക്കുശേഷം രണ്ടാം വെട്ടു വെട്ടുക. 3 വെട്ടു

കൊണ്ട് പട്ടയിൽ പരമാവധി ഉള്ളിലേക്ക്, കാമ്പിയം നിലനിർത്തി ടാപ്പു ചെയ്യുക. പട്ടയിൽ പുനരുജ്ജീവനം നടക്കുന്നതിന് ഇതാവശ്യമാണ്.

10. റബ്ബർ പാൽ ഷീറ്റിനായിട്ടാണെങ്കിൽ (പാൽ ഉറ കൂടാതിരിക്കാനായി) ഒരു ശതമാനം വീര്യമുള്ള സോഡിയം സൾഫേറ്റ് ലായനി പ്രീ കൊയാഗുലേഷൻ തടയാനായി 2-3 തുള്ളി കളക്ഷൻ കപ്പിൽ ഒഴിച്ചു കൊടുക്കുക.
11. ടാപ്പിങ് കഴിഞ്ഞ് 1 മണിക്കൂർ പാൽ വാർന്നു കഴിയുന്നതിനായി സമയം നല്കി, 10 മണിയോടുകൂടി ശേഖരിക്കാവുന്നതാണ്. പ്ലാസ്റ്റിക് ബക്കറ്റോ ഗാൽവനൈസ്ഡ് ഐയൺ ബക്കറ്റോ ഉപയോഗിക്കാം.
12. ഒന്നിടവിട്ട ടാപ്പിങ്ങ് വെട്ടാരംഭിക്കുന്ന ഭാഗവും അവസാനിക്കുന്ന ഭാഗവും മാറിമാറി ടാപ്പ് ചെയ്താൽ ഉല്പാദനം കാര്യക്ഷമമാകും. അതിരാവിലെ വെട്ടുന്ന മരത്തിൽനിന്നും ലഭിക്കുന്നതിൽ അല്പം കുറച്ചു പാലായിരിക്കും അവസാനം വെട്ടുന്ന മരത്തിൽ നിന്നും ലഭിക്കുക. ഇത് ഏകീകരിക്കുന്നതിനായിട്ടാണ് ഇടവിട്ട് ടാപ്പിങ് നടത്തുന്നത്.
13. കറ എടുക്കുമ്പോൾ തുള്ളികൾ വാർന്നു ഡ്രാപ്പിങ് തീർന്നിട്ടില്ല എങ്കിൽ ആ കപ്പുകൾ വീണ്ടും മരത്തിൽ മലർത്തി വച്ചുകൊടുക്കണം. ആ പാൽ അടുത്ത ടാപ്പിങ്ങിൽ ഉറഞ്ഞ രീതിയിൽ ശേഖരിക്കാം.
14. മഴക്കാലത്ത് ടാപ്പ് ചെയ്യുന്ന മരങ്ങളിൽ മഴമറ, ടാപ്പിങ്ങിനുശേഷവും കറ എടുത്തു കഴിഞ്ഞും നല്ലതുപോലെ താഴ്ത്തിയിട്ടിരിക്കണം. പട്ടയിൽ നനവുണ്ടാകാതിരിക്കാനും പാലിൽ വെള്ളം കലരാതിരിക്കാനും ഇതാവശ്യമാണ്.

റബ്ബർ പട്ടയുടെ മഴക്കാല സംരക്ഷണം

മുൻ അദ്ധ്യായങ്ങളിൽ സൂചിപ്പിച്ചിട്ടുള്ള ബ്ലാക് സ്ട്രൈപ്പർ രോഗബാധയുണ്ടാകുന്ന ഫംഗസിനെ തടയുന്നതിനായി മഴക്കാല ടാപ്പിങ് നടക്കുമ്പോൾ മെർക്കുറി ഫംഗിസൈഡ് (രസ കുമിൾനാശിനി) 10 ഗ്രാം അളവിൽ 4 ലിറ്റർ വെള്ളത്തിൽ ലയിപ്പിച്ച് വെട്ടുകളിൽ തേച്ചു കൊടുക്കുകയോ തളിക്കുകയോ ചെയ്യണം. ഇത് 10 വെട്ട് ഇടവിട്ട് ചെയ്യേണ്ടതാണ്. മഴക്കാലത്ത് ടാപ്പിങ് നടക്കാത്ത മരങ്ങൾക്ക് ഇതിന്റെ ആവശ്യമില്ല.

റബ്ബർ പാൽ Preserved field latex ആയോ സെൻട്രൽ ഫ്യൂഗൽ ലാറ്റക്സായോ മാറ്റുന്നതിനാണെങ്കിൽ ടാപ്പിങ് കപ്പിൽ 0.7 ശതമാനം വിലയുള്ള അയോണിയ ലായനി 3-4 തുള്ളി ഒഴിച്ചുകൊടുക്കേണ്ടതാണ്. പാൽ ഉറകൂട്ടുന്നത് (പ്രീ കൊയാഗുലേഷൻ) തടയുന്നതിനും ബാക്ടീരിയയുടെ ആക്രമണം ഉണ്ടാകാതിരിക്കുന്നതിനും ഇത് അത്യാവശ്യമാ

ണ്. ടാപ്പിങ്ങിന് മുൻപായി വെട്ടുപട്ടയിൽനിന്നും ഉറഞ്ഞുപിടിച്ചിരിക്കുന്ന കറ എടുത്ത് മാറ്റണം. അതിനോടൊപ്പം മുമ്പ് നടത്തിയ വെട്ടിൽ പാൽവ ടിച്ചെടുക്കുമ്പോൾ കപ്പിൽ പറ്റിപ്പിടിച്ച് പിന്നീട് ഉറഞ്ഞുകൂടുന്ന ഒരു നേരിയ പാളി റബ്ബർ ഉണ്ടായിരിക്കും. ഇവ ഇളക്കി കപ്പ് വൃത്തിയാക്കി കപ്പ് ഹാങ്ങറിൽ വച്ചതിനുശേഷം വേണം ടാപ്പിങ് ആരംഭിക്കേണ്ടത്. വള്ളിപ്പാലും ചിരട്ടപ്പാലും സൂക്ഷിച്ച് ശേഖരിക്കുന്നതിനായി ഒരു കൂട ടാപ്പർ കൈയിൽ കരുതിയിരിക്കണം. മുൻകാനയും പിൻകാനയും ഒരു നേർവര വരച്ച് മരത്തിൽ രേഖപ്പെടുത്തിയിരിക്കും. പിൻകാനയിൽ വര യുടെ പുറകിലേക്ക് തള്ളി പോകാത്തവിധം കത്തികൊണ്ട് പിന്നിലേക്ക് കുത്തിയതിനുശേഷം വെട്ടുചാലിൽ നേരിയ ചീകൽ, മുൻകാനവരെ ചെയ്യണം. മുൻകാനയിൽ നിന്നും ചില്ലിലേക്ക് അല്പം ആഴത്തിൽ പട്ട യിൽ ഒരു ചാലുണ്ടാക്കി. ആ ചാലിൽ കൂടി ഒഴുകി ചില്ലുവഴി കപ്പിൽ റബ്ബർ പാൽ ശേഖരിക്കപ്പെടുന്നു.

നല്ല ഉല്പാദനം ലഭിക്കുന്ന മരത്തിന്റെ പട്ടയിൽ ഒട്ടിപ്പിടിച്ചിരിക്കുന്ന റബ്ബർ നാട ഇളക്കുമ്പോൾതന്നെ കുറേ പാൽക്കുഴലുകൾ തുറക്കപ്പെടു കയും പാൽ പൊടിയുകയും ചെയ്യും. വെട്ടുതുടങ്ങിയാൽ 20-25 സെക്കന്റിൽ ഒരു ചാനൽ വെട്ടിത്തീരണം. ഇല്ലാ എങ്കിൽ വെട്ട് മുൻകാ നയിൽ എത്തുന്നതിന് മുൻപായി ഒഴുകി എത്തും. ഇത് സൂക്ഷ്മമായ ടാപ്പിങ്ങിന് തടസ്സമായിത്തീരും. ഒരു മിനിറ്റിൽ 2 മരം എന്ന രീതിയിൽ ടാപ്പിങ്ങിന് സ്പീഡുണ്ടായാൽ മാത്രമേ ഒരു നിശ്ചിത സമയത്തിനുള്ളിൽ ടാപ്പിങ് പൂർത്തിയാക്കാൻ കഴിയൂ. ടാപ്പിങ്ങിൽ വൈദഗ്ദ്ധ്യം നേടിയ വ്യക്തിക്ക് ഇത് ചെയ്യാൻ സാധിക്കും.

റബ്ബർ പാൽ ശേഖരണം

ടാപ്പിങ് കഴിഞ്ഞ് 2-3 മണിക്കൂറുകൾക്കകം റബ്ബർ കറ ചിരട്ടയിൽ (കപ്പിൽ) ശേഖരിച്ചു കഴിഞ്ഞിരിക്കും. ചില അത്യുല്പാദനം ലഭിക്കുന്ന മരങ്ങളിൽ കുറച്ചുസമയം കൂടി പാൽ തുള്ളി തുള്ളിയായി വീണുകൊണ്ടിരിക്കും. അങ്ങനെ ഉള്ള മരങ്ങളിൽ കറ ബക്കറ്റിലേക്ക് ശേഖരിച്ചതിനുശേഷം വീണ്ടും കപ്പ് മലർത്തി വച്ചുകൊടുക്കണം. പാൽ ശേഖരിക്കാനായി ചെറിയ ബക്കറ്റുകൾ ഉപയോഗിക്കണം. വലിയ ബക്കറ്റ് ഒന്നോ

റബ്ബർ പാൽ ശേഖരണം

രണ്ടോ ആവശ്യാനുസരണം സൗകര്യപ്രദമായ സ്ഥലങ്ങളിൽ വച്ചിരിക്കണം. പല പ്രാവശ്യങ്ങളിലായി ശേഖരിക്കുമ്പോൾ കപ്പിൽ നിന്നും തള്ള വിരൽ ഉപയോഗിച്ച് പാൽ വടിച്ചെടുക്കാൻ ശ്രദ്ധിക്കണം. ഫീൽഡിൽ നിന്നും ഇങ്ങനെ സംഭരണശാലകളിലെത്തിക്കുന്ന പാൽ തൂക്കവും ഡി ആർ സി യും രേഖപ്പെടുത്തി അവിടുള്ള ടാങ്കിൽ ശേഖരിക്കാവുന്നതാണ്. 6–7 മണിക്കൂറിൽ കൂടുതൽ റബ്ബർ പാൽ ദ്രാവകാവസ്ഥയിൽ (Collodial stage) നിലനിർത്താൻ സാധിക്കാത്തതുകൊണ്ട് വാഹനത്തിൽ എത്രയും വേഗം ഫാക്ടറിയിൽ എത്തിക്കേണ്ടതാണ്.

ഡി ആർ സി (DRC - Dry Rubber Content) കണ്ടുപിടിക്കൽ

റബ്ബർപ്പാലിൽ നിന്നും എത്ര ഉണക്ക റബ്ബർ കിട്ടുമെന്ന് കണ്ടുപിടിക്കുന്ന പ്രക്രിയയാണ് ഇത്. വിവിധ ആവശ്യങ്ങൾക്കായി ഡി ആർ സി കണ്ടുപിടിക്കൽ ഒഴിച്ചു കൂടാനാവാത്ത ഒരു പ്രക്രിയയാണ്. എസ്റ്റേറ്റുകളിൽ ടാപ്പിങ് തൊഴിലാളികളുടെ വേതനം നിശ്ചയിക്കുന്നത് അവർ എടുത്തു കൊടുക്കുന്ന ഡി ആർ സി എത്രയെന്നതിന്റെ അടിസ്ഥാനത്തിലാണ്.

ഉദാഹരണത്തിന്: എസ്റ്റേറ്റിന്റെ വിവിധ ഇടങ്ങളിൽ ഉല്പാദനം വ്യത്യാസപ്പെട്ടിരിക്കും. ഉല്പാദനത്തിന്റെ അടിസ്ഥാനത്തിൽ ഒരു നിശ്ചിത തൂക്കം റബ്ബർടാപ്പ് ചെയ്തുകൊടുക്കുന്നതിന് മിനിമം വേതനവും അധികമായി ലഭിക്കുന്ന റബ്ബറിന് ഇൻസന്റീവ് കൂട്ടിച്ചേർത്ത് തുക കണക്കാ

ഷീറ്റു നിർമ്മാണത്തിനായുള്ള പാൽ

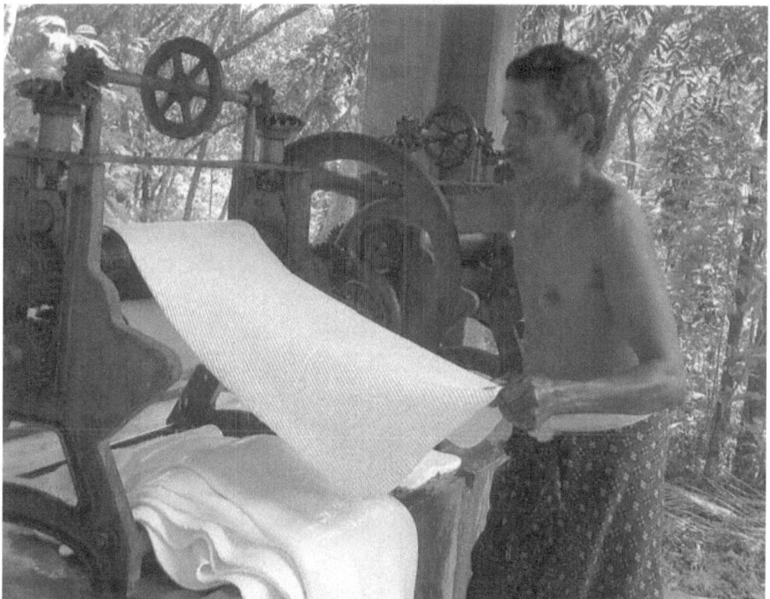

റബ്ബർ ഷീറ്റ് നിർമ്മാണം

ക്കുന്നു. അങ്ങനെ വേതനവിതരണത്തിന് ഡി ആർ സി ബോദ്ധ്യപ്പെടുത്തൽ Payment of wages act ന്റെ ഭാഗമായിത്തീരുന്നു. സംഭരണ ശാലകളിൽ എത്തിക്കുന്ന പാൽ 60 മെഷ് (ഇഴകൾ)അരിപ്പയിൽ അരിച്ച് പൊടിയും കരടും നീക്കം ചെയ്ത് തൂക്കമെടുത്തത് രേഖപ്പെടുത്തുന്നു. അതിനുശേഷം ഒരുലിറ്റർ അളവ് ഉൾക്കൊള്ളാവുന്നതും ഒരടിയോളം ഉയരം വരാവുന്നതുമായ ഒരു സിലിണ്ടറിൽ 1 ഭാഗം പാലും 2 ഭാഗം വെള്ളവും കൂടി കലർത്തി നേർപ്പിച്ച് ഒഴിക്കുന്നു. മെട്രോലാക് (Metrolac) എന്ന ഒരു ഉപകരണം സിലിണ്ടറിലെ പാലിൽ ഇറക്കിവെക്കുമ്പോൾ അതിൽ ഡി ആർ സി 5-10 ഇങ്ങനെ മുകളിലേക്ക് 50 വരെ രേഖപ്പെടുത്തിയിരിക്കും. വരകളിൽ എവിടെയാണ് പാലിന്റെ അളവ് നില്ക്കുന്നത് എന്ന് കണ്ട് അവിടെയുള്ള അടയാളം 10 എന്ന് കാണുകയാണെങ്കിൽ 2 ഭാഗം വെള്ളം ചേർത്ത് നേർപ്പിച്ചിരിക്കുന്നതിനാൽ 10 എന്ന് കണ്ടതിന്റെ 2 ഭാഗം കൂട്ടിച്ചേർത്ത് 30% എന്ന് ഡി ആർ സി കണക്കാക്കുന്നു. ഇങ്ങനെ ഏകദേശ കണക്ക് മൊത്തം പാലിന്റെ തൂക്കവുമായി ഹരിച്ച് ഡി ആർ സി രേഖപ്പെടുത്തി ഒരു കാർഡ് ടാപ്പിങ് തൊഴിലാളിക്ക് കൊടുക്കുന്നു. അങ്ങനെ 80 ലിറ്ററിന് 20% എന്ന രീതിയിൽ 30/80 X100 = 26.6 കിഗ്രാം രേഖപ്പെടുത്തുന്നു. ഇത് ഒരു ഏകദേശ കണക്കുമാത്രമാണ്.

കൃത്യമായ തൂക്കം കിട്ടുന്നതിനായി ലബോറട്ടറിയിൽ ടെസ്റ്റു ചെയ്യുന്നു

ഉദാഹരണം:

10 ഗ്രാം ഫീൽഡ് ലാറ്റക്സ് എടുത്ത് 10-15 ഗ്രാം വെള്ളം ചേർത്ത് നേർപ്പിച്ച് അതിൽ 0.02 എം ൽ ഫോർമിക് ആസിഡ് 0.2 മി. ലി. വെള്ളം ചേർത്തു നേർപ്പിച്ചത് ഒഴിച്ച് 12-14 മണിക്കൂർ കഴിഞ്ഞ് ഉറയുമ്പോൾ എടുത്ത് ഒരു ഗ്ലാസ് ഷീറ്റിൽവച്ച് ഗ്ലാസ് റോഡുകൊണ്ട് പരത്തി ഓവനിൽ 70^0 സെൽഷ്യസിൽ 12 മണിക്കൂർ ഉണക്കി തൂക്കം നോക്കുമ്പോൾ 3.2 ഗ്രാം എന്ന് കണ്ടാൽ 3.2 X 10 = 32 ഡി ആർ സി എന്ന് കണക്കാക്കാം. ഇത് കൃത്യമായ ഉണക്ക തൂക്കമായിരിക്കും. ഫാക്ടറിയിൽ ഒരു ദിവസം കിട്ടുന്ന മുഴുവൻ പാലിന്റെയും തൂക്കം രേഖപ്പെടുത്തി ഇതേ രീതിയിൽ ഡി ആർ സി കണ്ട് മൾട്ടിപ്ലൈ ചെയ്താൽ ഓരോ ദിവസത്തെയും റബ്ബറിന്റെ തൂക്കം രേഖപ്പെടുത്താൻ സാധിക്കും. ഇന്ത്യയിലെ ഡി ആർ സി സ്റ്റാറ്റസ് 30-35 വരെയാണ്. ടാപ്പിങ്ങിന്റെ കാഠിന്യം നല്ലതുപോലെ കൂടുമ്പോൾ ഡി ആർ സി നിലവാരം താഴുന്നതായി കാണുന്നു. ഒരേ എസ്റ്റേറ്റിന്റെ വിവിധ ഭാഗങ്ങളിൽനിന്ന് ശേഖരിക്കുന്ന റബ്ബർ പാൽ നിറത്തിലും ഡി ആർ സിയിലും വ്യത്യസ്തമാകാം. ഷീറ്റ് ഒരേ പോലെ കിട്ടുന്നതിന് എസ്റ്റേറ്റിന്റെ വിവിധ ഭാഗങ്ങളിലെ ലാറ്റക്സ് ഒരു വലിയ ടാങ്കിൽ ഒരുമിച്ച് ശേഖരിച്ച് അവശിഷ്ടങ്ങൾ അടിയുന്നതിനായി 30 മിനിറ്റ് നിശ്ചലമായി നിർത്തിയശേഷം ടാങ്കിന്റെ അടിഭാഗത്ത് ഘടിപ്പിച്ചിരിക്കുന്ന ടാപ്പ് തുറന്ന് പാൽ ബക്കറ്റിൽ പിടിച്ചു ഉറ കൂട്ടാനുള്ള (കൊയാഗുലേഷൻ) ടാങ്കിലോ ഷീറ്റു നിർമ്മാണത്തിനായുള്ള പാത്രത്തിലോ (ഷീറ്റിങ് പാനിലോ) ഒഴിക്കുന്നു.

ആർ എസ് എസ്
ഷീറ്റ് ഉണ്ടാക്കുന്ന വിധം

ഒരു കിലോഗ്രാം റബ്ബറിന് ചേർക്കേണ്ട ആസിഡിന്റെ അളവും ആസിഡ് ലായനി ഉണ്ടാക്കേണ്ട വിധവും

Sheeting time	ഫോർമിക് ആസിഡ്	അസെറ്റിക് ആസിഡ്
Next day	3 മില്ലി ആസിഡ് 600 മില്ലി വെള്ളം	6 മില്ലി ആസിഡ് 600 മില്ലി വെള്ളം
Same day	4 മില്ലി ആസിഡ് 800 മില്ലി വെള്ളം	8 മില്ലി ആസിഡ് 800 മില്ലി വെള്ളം

ഉറ കൂടാനുള്ള ടാങ്കിലാണ് ഷീറ്റ് നിർമ്മിക്കുന്നതെങ്കിൽ 60 മെഷ് അരിപ്പയിൽ അരിച്ചു ടാങ്കിലേക്കു ഒഴിക്കേണ്ടതാണ്.

ഉണങ്ങുമ്പോൾ 500 ഗ്രാം തൂക്കമുള്ള ഷീറ്റ് നിർമ്മിക്കുന്നതാണ് നല്ലത്. 30^0-35^0 ഡി ആർ സിയുള്ള റബ്ബർ പാൽ 12.5^0 ഡി ആർ സിയിലേക്ക് താഴ്ത്തി (നേർപ്പിച്ച്) വേണം ഉറകൂടാനായി ആസിഡ് ചേർക്കേണ്ടത്.

500 ഗ്രാം തൂക്കമുള്ള 100 ഷീറ്റുകൾ നിർമ്മിക്കാനായി ഉണ്ടാക്കിയിരുന്ന അലുമിനിയം ടാങ്കിൽ 35% ഡി ആർ സിയുള്ള, 143 കി ഗ്രാം പാൽ 60 മെഷ് അരിപ്പയിലൂടെ അരിച്ച് ഒഴിച്ച് അതിൽ 2 ഭാഗം വെള്ളം കൂടി ചേർത്ത് (വെള്ളം ഒഴിക്കുമ്പോഴും നല്ല തെളിഞ്ഞ വെള്ളം 60 മെഷ് അരിപ്പയിൽ കൂടി അരിച്ച് എടുക്കണം) അതായത് 143 + 286 എന്ന അനുപാതത്തിൽ ഇളക്കി യോജിപ്പിച്ച് എടുക്കുന്ന പാലിന്റെ ഡി ആർ സി ഏകദേശം 12.5 ആയിരിക്കും. ഇളക്കാനായി നല്ല വീതിയുള്ള പലക പിടി

പ്പിച്ച സ്റ്റെറർ ഉപയോഗിക്കണം. ഇളകിക്കഴിയുമ്പോൾ ഉണ്ടാകുന്ന പത ചെറിയ അലുമിനിയം തകിടുപയോഗിച്ച് വകഞ്ഞ് മാറ്റി പുറത്തെടുക്കണം. ഇതിനെ ഉറ കൂടാനുള്ള പാത്രത്തിലേക്ക് മാറ്റിവയ്ക്കാം. പിന്നീട് മുൻ ടേബിളിൽ പറഞ്ഞിരിക്കുന്നതിന്റെ അടിസ്ഥാനത്തിൽ ഫോർമിക് ആസിഡ് ലായനിയോ അസറ്റിക് ആസിഡ് ലായനിയോ ചേർത്ത് ഇളക്കി അതിന്റെ കൂടി പത മാറ്റി ഉറകൂടാനുള്ള പാത്രത്തിലേക്ക് ഒഴിച്ച് അതിലും ആസിഡ് ഒഴിച്ച് ഉറയാൻ വയ്ക്കാം. ഇങ്ങനെ പതപ്പാൽ ഉറഞ്ഞു കിട്ടുന്ന ഷീറ്റ് ഫ്രോത്ത് ഷീറ്റ് (Froth Sheet) എന്ന് അറിയപ്പെടും. ഇതിനും മാർക്കറ്റിൽ കുറഞ്ഞ വില ലഭിക്കുന്നതാണ്. ടാങ്കിൽ ഉറ ഒഴിച്ച പാലിൽ ഇട ഭിത്തി ഇട്ട് വേർതിരിച്ച് മുകൾഭാഗം പൊടിയും ഒന്നും വീഴാതെ മൂടിവയ്ക്കണം. ഹൈക്വാളിറ്റി ഷീറ്റ് ലഭിക്കുന്നതിന് ഫോർമിക് ആസിഡ് ചേർക്കുന്നതാണ് നല്ലത്.

ഷീറ്റിങ് ബാറ്ററി (ഹട്ടൻ ബാച്ച്) മുഖേനയുള്ള മെക്കാനിക്കൽ ഷീറ്റിങ്ങാണ് ഉദ്ദേശിക്കുന്നതെങ്കിൽ പിറ്റേദിവസം രാവിലെ ഷീറ്റിങ് ജോലി ആരംഭിക്കാവുന്നതാണ്.

ഹാൻഡ് റോളർ ഉപയോഗിച്ചും ഷീറ്റിങ് നടത്താവുന്നതാണ്. എങ്കിലും ഷീറ്റ് എണ്ണം കൂടുതലുണ്ടെങ്കിൽ മെക്കാനിക്കൽ ഷീറ്റിങ് രീതിയാണ് സ്വീകരിക്കേണ്ടത്.

മെക്കാനിക്കൽ ഷീറ്റിങ്

ഫാക്ടറിയിൽ ഷീറ്റുകൾ ഉറകൂടുന്നതിനായി ഉപയോഗിച്ചിരിക്കുന്ന അലുമിനിയം ടാങ്കുകൾക്കടുത്തായി ഷീറ്റിങ് മെഷീൻ സ്ഥാപിച്ചിരിക്കും. ഇലക്ട്രിസിറ്റിയിലോ ജനറേറ്ററിലോ പ്രവർത്തിക്കത്തക്ക രീതിയിലായിരിക്കും മെഷീൻ ഫിറ്റ് ചെയ്തിരിക്കുന്നത്. www. rubber consultancy എന്ന വെബ്സൈറ്റിൽ നോക്കിയാൽ മെക്കാനിക്കൽ ഷീറ്റിങ്ങിന്റെ പ്രവർത്തനരീതി മനസ്സിലാക്കാം.

3 സ്മൂത്ത് റോളറുകളും ഒരു ഡൈമൻ റോളറും അടങ്ങിയ സെറ്റാണ് ഈ മെഷീനിൽ ഫിറ്റ് ചെയ്തിരിക്കുന്നത്. ഉറകൂടുന്ന ടാങ്കിൽ നിന്നും പാർട്ടിഷനുകൾ മാറ്റി ഉറഞ്ഞുകിടക്കുന്ന ഷീറ്റ് ഓരോന്നായി എടുത്ത് റോളറിന്റെ ആദ്യ സെറ്റിൽ കൊടുക്കുന്നു. റോളറുകൾ എല്ലാം ഒപ്പം പ്രവർത്തിച്ച് 3 സ്മൂത്ത് റോളറുകളിൽ കൂടി കയറി ഇറങ്ങുന്ന ഷീറ്റുകൾ നാലാമത്തെ ഡൈമൻ റോളിലെത്തുന്നു. ഷീറ്റിന് വേണ്ട നിശ്ചിത അളവിൽ ഘനം കിട്ടത്തക്കരീതിയിലാണ് റോളറുകൾ ക്രമീകരിച്ചിരിക്കുന്നത്. ഡൈമൻ റോളിൽ മാർക്കോടുകൂടി ഷീറ്റു പുറത്തു വരുന്നു. മെഷീന്റെ മുൻവശത്ത് ഷീറ്റ് ആട്ടോമാറ്റിക്കായി പതിക്കത്തക്കവണ്ണം ചരിവിൽ കൊടുത്തിരിക്കുന്ന അലുമിനിയം ഷീറ്റിലൂടെ നീങ്ങി അതിനു മുൻപിൽ സ്ഥാപിച്ചിരിക്കുന്ന ടാങ്കിലെ വെള്ളത്തിൽ പതിക്കുന്നു. വെള്ളത്തിൽ നല്ലതുപോലെ ഉലച്ച് ഷീറ്റിലുള്ള ആസിഡിന്റെ അംശം കഴുകി എടുത്ത് അടുത്ത് കെട്ടിയിരിക്കുന്ന അയകളിൽ ഉണക്കാനായി (ഡ്രിപ്പി

ങ്ങിനായി) ഇടുന്നു. 4 പേർ ചേർന്ന് ഇങ്ങനെ ചെയ്താൽ ഉച്ചയോടുകൂടി ഒരു സെറ്റ് മെഷീനിൽ 1000 ഷീറ്റ് അടിച്ചെടുക്കുവാനും തുടർന്ന് അന്നു വരുന്ന പാൽ ശേഖരിക്കുവാനും ഉറ ഒഴിക്കാനായി ടാങ്കുകൾ കഴുകിവൃത്തിയാക്കാനും സാധിക്കുന്നു. ഹാൻഡ് റോളർ ഉപയോഗിച്ചാൽ ഇത്രയും ഷീറ്റ് അടിച്ചെടുക്കുന്നതിന് 10-12 ആളിന്റെ സേവനം വേണ്ടിവരും. 8 മണിക്കൂർ സമയവും എടുക്കും.

ഷീറ്റുകൾ പുകപ്പുരയിൽ ഉണക്കിയെടുക്കുന്ന വിധം

പുകപ്പുരനിർമ്മാണത്തിൽ പ്രധാനമായി 2 രീതികൾ പ്രയോഗത്തിലുണ്ട്.

- അകത്ത് തീയിടുന്ന രീതിയും (Furnace inside smoke house)
- പുറത്ത് തീയിടുന്ന രീതിയും (Funace outside smoke house)

ഇത് രണ്ടുമല്ലാത്ത മൂന്നാമത് ഒരു രീതി കർണ്ണാടകത്തിലെ എസ്റ്റേറ്റുകളിൽ നടപ്പിലാക്കിയിരിക്കുന്നത് ഏറ്റവും അഭികാമ്യമായി കണ്ടിട്ടുണ്ട്.

അതിനെക്കുറിച്ച് ഇങ്ങനെ സംഗ്രഹിക്കാം:

പുകപ്പുര പണിയുന്ന സമയം തന്നെ പുരയുടെ മദ്ധ്യഭാഗത്തായി പുറകുവശത്ത് 3 അടി നീളത്തിലും 2 ½ അടി വീതിയിലും 4 അടി ഉയരത്തിലുമായി ഒരു പുക അടുപ്പ് പണിയുന്നു. പുകപ്പുരയുടെ ഭിത്തിയോട് ചേർത്ത് 2 വശവും സിമന്റ് കട്ടകെട്ടി തിരിച്ച് മുൻവശം ഒരു ഇരുമ്പു തകിടുകൊണ്ട് അടയ്ക്കത്തക്ക രീതിയിൽ വാതിൽ ഉണ്ടായിരിക്കും. അടുപ്പിന്റെ മുകൾഭാഗം ആസ്ബസ്റ്റോസ് വച്ച് മറച്ചതോ കോൺക്രീറ്റ് ചെയ്തതോ ആയിരിക്കണം. പുക ഒട്ടും പുറത്തേക്ക് പോകാൻ പഴുതുണ്ടായിരിക്കരുത്. പുകപ്പുരയുടെ ഭിത്തിയിൽ ഒരടി വ്യാസമുള്ള ഒരു ഇരുമ്പ് പൈപ്പ് 2 ½ അടി നീളമുള്ളത്, അകത്തേക്ക് കടത്തക്ക രീതിയിൽ ഉള്ളിലേക്ക് ദ്വാരം ഇട്ട് അകത്ത് ഒരു അടി ഉള്ളിലേക്ക് എത്തത്തക്ക രീതിയിൽ സ്ഥാപിച്ചിരിക്കണം. പൈപ്പ് വെളിയിൽ നിന്നും അകത്തേക്ക് 20° ചരിവിൽ ആയിരിക്കണം വയ്ക്കുന്നത്. പുറമേയുള്ള അടുപ്പിൽനിന്നും പുകയും ചൂടും പകപ്പുരയ്ക്കുള്ളിലേക്ക് കടക്കുന്നതിനുവേണ്ടിയാണ് ഇത്. അകത്ത് പൈപ്പ് എത്തുന്ന ഭാഗത്ത് തറയിൽ നിന്നും 1 ½ അടി

ഉയരത്തിലും 6 അടി നീളത്തിലും 2 ½ അടി വീതിയിലും സിമന്റ് കട്ട ഉപയോഗിച്ച് പുറമേനിന്നുള്ള പൈപ്പ് മദ്ധ്യത്തിൽ വരത്തക്കവണ്ണം കെട്ടി മറയ്ക്കണം. ഈ കെട്ടിനു മുകളിലായി ¼ ഇഞ്ച് ഇരുമ്പും തകിട് റ ആകൃതിയിൽ, 2 അടി നീളത്തിൽ 2 എണ്ണം കെട്ടിന്റെ രണ്ടുവശവും മുട്ടിച്ച് വയ്ക്കണം. നടുക്ക് വരുന്ന 2 അടി ഗ്യാപ്പിൽ ¼ ഇഞ്ചിന്റെ ഇരുമ്പു തകിട് വെളിയിൽ നിന്ന് വരുന്ന പൈപ്പിൽ മുട്ടാത്തരീതിയിൽ കെട്ടിലും പുറം ചുമരിലുമായി ഉറപ്പിച്ചുവയ്ക്കണം. ഇങ്ങനെ വച്ചിരിക്കുന്ന തകിടിന് ഉണ്ടാകുന്ന ചൂട് കൈയിൽ തട്ടാതിരിക്കാൻ ഇതിന് മേൽ ആറ്റുമണൽ വിരിച്ചതായിരിക്കണം. റ ആകൃതിയിൽ നീളത്തിൽ വച്ചിരിക്കുന്ന തകിടിന്റെ പുറത്തേക്കുള്ള ഭാഗങ്ങളിൽ തകിടു വച്ച് വെൽഡ് ചെയ്ത് മറയ്ക്കണം. പെൻസിൽ വണ്ണത്തിൽ 10-12 ദ്വാരങ്ങൾ ഇട്ടിരിക്കണം. മറുഭാഗം ഇരുമ്പുതകിട് വെൽഡ് ചെയ്ത് പിടിപ്പിച്ച് മറച്ചതും നടുക്ക് ഉറപ്പിച്ചതകിടിനോട് ചേർത്ത് ഗ്യാപ്പില്ലാത്തവിധത്തിലുമായിരിക്കണം. അതായത് പുറമേ നിന്നുള്ള ഇരുമ്പു കുഴലിൽ കൂടി അകത്തു വരുന്ന ചൂടും പുകയും തടസ്സം കൂടാതെ റ ആകൃതിയിലുള്ള തുരങ്കത്തിലൂടെ 2 വശങ്ങളിലേക്കും പ്രവഹിച്ച് പുകപ്പുരയുടെ ഉൾഭാഗം മുഴുവനായും ചൂടും പുകയും എത്തുന്നതിന് സഹായകമാകുന്നു. 50 അടി നീളവും 30 അടി വീതിയും 25 അടി ഉയരവുമുള്ള ഒരു പുകപ്പുരയിൽ അകത്തു മദ്ധ്യഭാഗത്ത് 2 ½ അടി വീതിയിൽ അടുപ്പുവരെ സ്ഥലം ഒഴിച്ചിട്ട് സിൽവർ ഓക്ക്, കാറ്റാടി മുതലായ മരങ്ങളുടെ കഴകൾ കുഴിച്ചിട്ട് മുറിക്കകം മൊത്തമായി അറപോലെ തിരിച്ച് കുറുകെ ഇഴകൾ വച്ചുകെട്ടി അതിൽ വിളഞ്ഞ ഈറ്റയോ ഉരംകോലോ നിരത്തി അതിൽ ഷീറ്റുകൾ വിരിക്കാവുന്നതാണ്. വിരിക്കുമ്പോൾ ഷീറ്റുകൾ തമ്മിൽ മുട്ടാത്തവിധം ആയിരിക്കണം ഈറ്റകൾ വയ്ക്കേണ്ടത്. ഇവ കെട്ടിയുറപ്പിക്കേണ്ടതില്ല. കുറുകെ ഉള്ള ഇഴകളിൽ താങ്ങി നിരത്തിയാൽ മതി. ഈറ്റകളിൽ 2-3 ഷീറ്റുകൾ ഇടാനുള്ള നീളം ഉണ്ടായിരിക്കണം. കമ്പുകളിൽ ഷീറ്റിട്ടതിനുശേഷമോ കമ്പു പാകിയതിനുശേഷം ഷീറ്റിടുകയോ ആകാം. കുഴിച്ചിട്ടിരിക്കുന്ന കാലുകൾ മേൽക്കൂരയിലെ ഓടിലോ ആസ്ബസ്റ്റോസ് ഷീറ്റിലോ മുട്ടാതെ 1 അടി ഗ്യാപ്പിട്ട് തമ്മിൽ കൂട്ടിക്കെട്ടി ഉറപ്പിച്ച് അതിനു മുകളിൽ കമുക് കീറി 2-3 ആയ പട്ടയാക്കി കഴകൾക്കുമേൽ കെട്ടി ഉറപ്പിച്ച് വിടവില്ലാത്ത രീതിയിൽ അതിനുമേൽ മണ്ണ് കുഴച്ച് ഒരു ലെയർ കവചം ഉണ്ടാക്കിയിരിക്കണം. കഴകൾ നാട്ടുന്നതിനും ഭിത്തിക്കുമിടയിൽ പുക പുറംതള്ളുന്നതിനായി ചുറ്റും കുറേസ്ഥലം ഒഴിച്ചിട്ടിരിക്കണം. ഓടാണ് മേൽക്കൂരയെങ്കിൽ 2 വശങ്ങളിലായി 3 വീതം പുകയോട് ഇട്ടിരിക്കണം.

ആസ്ബസ്റ്റോസ് ഷീറ്റാണെങ്കിലും 2 വശങ്ങളിലുമായി പുക പുറംതള്ളുന്നതിന് 6 ൽ കുറയാതെ ഔട്ട്ലെറ്റുകൾ ഉണ്ടായിരിക്കണം. മേൽക്കൂരയ്ക്കും ഭിത്തിക്കും ഇടയിലുള്ള പുക പുറത്തുപോകാത്ത രീതിയിലായിരിക്കണം നിർമ്മാണം. മുകളിൽ പറഞ്ഞിരിക്കുന്ന അളവിലുള്ള പുകപുരയിൽ 2000 ഷീറ്റുകൾ വരെ ഒരേ സമയം ഉൾക്കൊള്ളിക്കാൻ സാധി

ക്കും. ആദ്യദിവസം ഇടുന്ന ഷീറ്റ് പിറ്റേ ദിവസം മുകളിലേക്ക് മാറ്റി പിറ്റേ ദിവസത്തെ ഷീറ്റ് താഴെഭാഗത്ത് തൂക്കിയിടാൻ സാധിക്കും. മുകളിലേക്ക് കയറ്റിയ ഷീറ്റ് പിറ്റേദിവസം അതായത് 2 ദിവസം ഉണക്കുമ്പോൾ പുറത്തേക്ക് എടുക്കാൻ സാധിക്കും. ഇങ്ങനെ തുടർച്ചയായി ഉള്ള ദിവസങ്ങളിൽ 1000 ഷീറ്റു വീതം പുറത്തെടുക്കാൻ സാധിക്കുന്നു. 500 ഗ്രാം തൂക്കം കിട്ടാവുന്ന ഷീറ്റാണ് ഉണ്ടായിരിക്കുന്നത് എന്നതിനാൽ ഡെയ്‌ലി ഔട്ട്പുട്ട് 500 കിലോ ആയിരിക്കും തൂക്കത്തിന്റെ കാര്യത്തിൽ ചെറിയ വ്യത്യാസം അനുഭവപ്പെടും. ഓരോ ദിവസമുണ്ടാകുന്ന ഡി ആർ സിയിലുള്ള വ്യതിയാനവും ക്രമീകരിക്കുന്നതിലുള്ള നേരിയ വ്യത്യാസവും ഇതിന് കാരണമാകാം.

ആർ എസ് എസ് ഷീറ്റിനെ 5 ആയി തരം തിരിക്കുന്നു എങ്കിലും പ്രധാനമായി ഉല്പാദിപ്പിക്കുന്നത് High quality - RSS 1- X RSS - 4 -5 Lot എന്നീ ഗ്രേഡുകളാണ്. RSS -1-X ഗ്രേഡിന് RSS 4 ഗ്രേഡിനേക്കാൾ കിലോഗ്രാമിന് 10 രൂപ അധികം വില ലഭിക്കുന്നതാണ്. ഈ ഗ്രേഡ് കാഴ്ചയിൽ "തേൻ" നിറത്തിലും സുതാര്യമായതുമായിരിക്കും. ശ്രദ്ധാപൂർവ്വം ഉറ ഒഴിച്ച്, പിറ്റേദിവസം ഷീറ്റടിച്ച് നല്ലതുപോലെ കഴുകി ആസിഡിന്റെ അംശം നീക്കം ചെയ്ത് 3 മണിക്കൂർ സമയം വെള്ളം ഇറ്റുപോകാനായി അയയിൽ തൂക്കിയിട്ടതിനുശേഷം പുകപ്പുരയിലേക്ക് മാറ്റി, 2 ദിവസം ഉണക്കിയെടുത്താൽ 95% ഷീറ്റും ഹൈഗ്രേഡിൽ തന്നെ കിട്ടുമെന്നുള്ളത് അനുഭവത്തിന്റെ വെളിച്ചത്തിൽ പറയാൻ സാധിക്കും. പുകപ്പുരയ്ക്ക് ഒറ്റ വാതിൽ മാത്രമേ ഉണ്ടാകാൻ പാടുള്ളൂ. അത് പുകപ്പുരയ്ക്കുള്ളിൽ സ്ഥാപിച്ചിരിക്കുന്ന അടുപ്പിന്റെ എതിർവശം മുൻഭാഗത്തായിട്ടായിരിക്കണം. വാതിൽ ഇരുമ്പ് പാളിയിൽ നിർമ്മിച്ചതായിരിക്കണം. പുകപ്പുരയുടെ ഉള്ളിലെ ഊഷ്മാവ് 60° സെൽഷ്യസിൽ ആയിരിക്കത്തക്കവിധം വേണം പുറത്തു പണിതിരിക്കുന്ന അടുപ്പിൽ തീ കത്തിക്കാൻ., ഷീറ്റിട്ട് വാതിൽ അടച്ചുകഴിഞ്ഞാൽ അടുത്ത ദിവസം മാത്രമേ തുറക്കാവൂ. ഊഷ്മാവ് അളക്കുന്നതിന് ഒരു തെർമോമീറ്റർ സ്ഥാപിക്കുന്നത് നല്ലതാണ്.

പുകയിടാനായി ഉപയോഗിക്കുന്ന വിറക് നല്ല ഉണങ്ങിയതും കത്തിക്കഴിഞ്ഞ് കനൽ അവശേഷിപ്പിക്കുന്നതുമായിരിക്കണം. ഷീറ്റ് ഇട്ടതിന് ശേഷം അടുപ്പിൽ തീ ഇട്ടുകഴിഞ്ഞ് അധികമായ പുകയും ചൂടും പുകപ്പുരയിൽ തങ്ങി നില്ക്കാതിരിക്കാൻ 30 മിനിട്ട് തീ എരിഞ്ഞതിനു ശേഷം മാത്രമേ, അടുപ്പിന്റെ ഇരുമ്പു വാതിലും പുകപ്പുരയും അടയ്ക്കാവൂ. പിറ്റേദിവസം രാവിലെ തീയും പുകയും ഇല്ലാതിരിക്കുന്ന സമയം പുകപ്പുര തുറന്ന് ആദ്യത്തെ ദിവസം താഴെഭാഗത്തിട്ട ഷീറ്റ് മുകളിലേക്കു മാറ്റുകയും ഈറ്റയിൽ നിന്ന് ഷീറ്റ് മറിച്ചിടുകയും ചെയ്യണം. ഇങ്ങനെ ചെയ്യാനായി 4 തൊഴിലാളികളുടെ സേവനം പ്രയോജനപ്പെടുത്തേണ്ടതായി വരും. പുകപ്പുരയിലെ അറകളുടെ കഴകളിൽ പിടിച്ചു നടന്ന് ജോലികൾ ചെയ്യാൻ സാധിക്കും. മദ്ധ്യഭാഗത്ത് ഗ്യാപ്പിട്ടിരിക്കുന്നതിന് ഇരുവശവുമായുള്ള കഴകളിൽ കുറുകെ ബലമുള്ള ഒരു തടിപ്പലക

പുകപ്പുര

ഇട്ട് അതിൽനിന്നും ഷീറ്റ് എടുക്കാനും കൊടുക്കാനും സാധിക്കും.

പുകപ്പുരയിൽ ചൂട് 60^0 സെൽഷ്യസിൽ കൂടുതലായാൽ ഷീറ്റിൽ പൊള്ളലും പൊരിച്ചിലും അനുഭവപ്പെടും. അത് ഒഴിവാക്കാൻ ചൂട് നിയന്ത്രിക്കേണ്ടതുണ്ട്. അടുപ്പിൽ 10–15 കിലോഗ്രാം കീറിയെടുത്ത നല്ല ഉണക്കുള്ളതും ഉള്ളിൽ ജലാംശം ഇല്ലാത്തതുമായ വിറക് കാലത്തും വൈകിട്ടും 2 പ്രാവശ്യം കത്തിച്ച് കുറേ പുക അടങ്ങിക്കഴിയുമ്പോൾ അടുപ്പിന്റെ വാതിൽ അടയ്ക്കണം. വാതിലിലും വായു കടന്നുപോകാനായി 5–6 ദ്വാരങ്ങൾ ഇട്ടിരിക്കണം. 2 ദിവസം കൊണ്ട് ഹൈഗ്രേഡ് ഷീറ്റ് ഉണക്കി എടുക്കുവാനും സമയ ലാഭവും തൊഴിൽ ലാഭവും ഇതിലൂടെ നേടി എടുക്കാനും സാധിക്കും.

വില്പനയ്ക്കുള്ള സ്വാഭാവിക റബ്ബറും ആയതിനുവേണ്ട ഉപകരണങ്ങളും

1. RSS Grade 1 to 5 and lot
2. Ammoniated latex/ preserved field latex
3. PLC - Pale latex crape
4. Solid Block Rubber
5. Latex concentrate (Centrifugal Latex)
6. EBC Estate Brown Crape

ഇതിൽ RSS ഉല്പാദന രീതിയും വേണ്ട അനുബന്ധ കാര്യങ്ങളും കഴിഞ്ഞ അദ്ധ്യായത്തിൽ വിവരിച്ചുകഴിഞ്ഞു.

പ്രകൃതിദത്ത റബ്ബർപ്പാൽ ദീർഘസമയം ദ്രാവകരൂപത്തിൽ (Colloidal form) ഇരിക്കുകയില്ല. വിവിധ ഇനം ഉൽപ്പന്നങ്ങളുടെ നിർമ്മാണത്തിന് റബ്ബർ പാലിന്റെ ദ്രാവകരൂപം ആവശ്യമായി വരുന്നുണ്ട്.

പാൽ കട്ടപിടിക്കാതിരിക്കാനായി പലതരം രാസവസ്തുക്കൾ പാലിന്റെ കൂടെ ചേർത്ത് സൂക്ഷിക്കാറുണ്ട്.

8 - 10 മണിക്കൂറുകൾ ദ്രാവക രൂപം നിലനിർത്തുന്നതിന് സോഡിയം സൾഫേറ്റ് എന്ന രാസവസ്തു ഒരു ശതമാനം ലായനിയാക്കി പാലിൽ കലർത്തിയാൽ മതിയാകും.

അമോണിയേറ്റഡ് ലാറ്റക്സ് (Amoniated latex)

സെൻട്രി ഫ്യൂഗൽ ലാറ്റക്സിന്റെ ഉല്പാദനത്തിന് അമോണിയ കലർത്തിയ റബ്ബർ പാൽ അത്യാവശ്യമാണ്. കേരളത്തിലും തമിഴ്നാട്ടിൽ കന്യാകുമാരിയിലുമായി ഇത്തരം ഫാക്ടറികൾ പ്രവർത്തിച്ചു വരുന്നു. കോർപ്പറേറ്റ് സ്ഥാപനങ്ങൾ മിക്കതിനും സ്വന്തമായി സെൻട്രൽ ഫ്യൂഗൽ ഫാക്ടറികളുണ്ട്. പൊതു മേഖലാസ്ഥാപനമായ പി സി കെ,

ഫാമിങ് കോർപ്പറേഷൻ, റിഹാബിലിറ്റേഷൻ പ്ലാന്റേഷൻ എന്നിവർക്കും സ്വന്തം സി എഫ് ഫാക്ടറികളുണ്ട്. പൊതു മേഖലയിൽ ആദ്യമായി ഒരു സെൻട്രൽ ഫ്യൂഗൽ ഫാക്ടറി സ്ഥാപിച്ചത് ജപ്പാൻ നിർമ്മിതമായ ഡി-ലാ-വോൾ സെപ്പറേറ്റർ എന്ന പേരിലുള്ള സെൻട്രി ഫ്യൂഗൽ മെഷീൻ പ്ലാന്റേഷൻ കോർപ്പറേഷന്റെ നെടുമൺ കാവിലുള്ള കെ ജി എൽ ഫാക്ടറിയിലാണ്. ഇത് 1967 ലാണ് സ്ഥാപിതമായത്.

സെൻട്രിഫ്യൂഗൽ പ്രവർത്തനത്തെപ്പറ്റി പിന്നീട് പറയാം. ഇപ്പോൾ അമോണിയേറ്റഡ് ലാറ്റക്സിനെക്കുറിച്ചാണല്ലോ പറഞ്ഞുവന്നത്. ഇത്തരം പാൽ ദിവസങ്ങളോ മാസങ്ങളോ ദ്രവരൂപത്തിൽ നിലനില്ക്കുന്നു. 200 ലിറ്ററിന്റെ ബാരലിൽ കുറഞ്ഞത് 0.7% അമോണിയാ ലായനി ചേർത്ത പാൽ ചെറുകിട കർഷകർ ധാരാളമായി വില്ക്കുന്നുണ്ട്. ഈ കർഷ കർക്ക് ബാരലും അമോണിയാ ലായനിയും എത്തിച്ചുകൊടുത്ത്, ഡി ആർ സി അടിസ്ഥാനത്തിൽ വില നല്കി, വ്യവസായികൾ വാങ്ങി ദൂരെ സ്ഥലങ്ങളിലെത്തിച്ച്, ഫാക്ടറികളിൽ സെൻട്രിഫ്യൂഗൽ നടത്തി 60% ഡി ആർ സി യാക്കി മാറ്റി ബാരലുകളിൽ എയർ ടൈറ്റായി സൂക്ഷിച്ച് വടക്കൻ സംസ്ഥാനങ്ങളിൽ വിവിധതരം റബ്ബർ ഉല്പാദന സ്ഥാപന ങ്ങൾക്ക് വില്ക്കുന്നു. ഷീറ്റ് അടിക്കുന്നതിനുള്ള റോളറിന്റെ വിലയും തൊഴിൽ ചെലവും ഉണക്കാനുള്ള പ്രയാസവും ഒഴിവാക്കാനായി ചെറു കിട കർഷകർ ധാരാളമായി അമോണിയേറ്റഡ് ലാറ്റക്സിന്റെ ഉല്പാദ കരായി മാറിയിട്ടുണ്ട്. ചില ഇടത്തരം തോട്ട ഉടമകളും ഇത്തരം പാൽ വിറ്റു വരുന്നുണ്ട്.

പി എൽ സി അഥവാ പെയിൽ ലാറ്റക്സ് ക്രേപ്പ് (Pale Latex Crepe)

റബ്ബർ പാലിൽ, ചില മരങ്ങളിൽനിന്ന് ലഭിക്കുന്നതിൽ അല്പം മഞ്ഞ നിറം കാണപ്പെടുന്നുണ്ട്. മരങ്ങളുടെ ജനറ്റിക് ഫിസിയോളജി (ജനിതക ശരീര ശാസ്ത്രം) കാരണവും മണ്ണിലുള്ള കരോട്ടിനോയിഡ് പിഗ്മെന്റും ഇതിനുകാരണമാകുന്നു. ഇത്തരം പാൽ ഒഴിവാക്കി നല്ല വെള്ളനിറത്തിൽ കിട്ടുന്നത് വേണം പി എൽ സി ക്കായി തെരഞ്ഞെടുക്കാൻ. ഈ പാലിൽ ഫോർമിക് ആസിഡ് ചേർത്ത് പിറ്റേദിവസം ഉറഞ്ഞു കിട്ടുന്ന പാൽ ക്രേപ്പ് (പരുപരുത്ത റബ്ബർ) ഉല്പാദിപ്പിക്കുന്നതിനായി എടുക്കാം. പ്രായമേറിയ മരങ്ങളിൽനിന്നും ലഭിക്കുന്ന പാൽ ഉറയുമ്പോൾ കറുത്ത പാട പോലെ മുകൾ ഭാഗത്ത് കാണപ്പെടുന്നു. ഇത് മാറ്റി എടുക്കുന്നതിനായി 0.5 % തൂക്കത്തിന് ലായനി രൂപത്തിൽ സോഡിയം ബൈസൾഫേറ്റ് ചേർക്കേ ണ്ടതാണ്. മഞ്ഞനിറത്തിനും കരോട്ടിനോയിഡ് പിഗ്മെന്റിനും പ്രതിരോ ധമായി ഇതേ കെമിക്കൽ പ്രയോഗിക്കാവുന്നതാണ്. അപ്പോഴപ്പോൾ തയ്യാ റാക്കുന്ന രാസലായിനിയാണ് നിറവ്യത്യാസം തടയാൻ ഉത്തമമായി കാണുന്നത്.

ക്രേപ്പിനായി പാൽ ഉറകൂട്ടുമ്പോൾ (Coagulation) 1 ശതമാനം വീര്യമുള്ള ഫോർമിക് ആസിഡ് ലായനി 4 എം എൽ- 1 കിലോ ഡി ആർ സിക്ക് എന്ന കണക്കിൽ ചേർത്ത് ഇളക്കി പത വെട്ടിമാറ്റി 12-14 മണിക്കൂർ നിശ്ചലമാക്കി ടാങ്കിൽ നിർത്തണം. ഷീറ്റ് നിർമ്മാണത്തിനായി ഉപയോഗിക്കുന്ന വിധത്തിലുള്ള അലുമിനിയം ടാങ്കിൽ പി എൽ സി ക്ക് വേണ്ട ലംബും ഉറയിച്ചെടുക്കാൻ സാധിക്കും. ഉറഞ്ഞ പാൽ പ്ലേറ്റ് മാറ്റി ലംബ് (Lump പിണ്ഡം)പുറത്തെടുക്കാം.

പി എൽ സി ഉണ്ടാക്കുന്നതിന് 3 സെറ്റ് റോളറുകളാണ് ആവശ്യം.

1. Coarse macerator
2. Intermidiate Macerator
3. Smooth Rollers

റോളറുകൾ നല്ലതുപോലെ കഴുകിയ ശേഷം ഉറഞ്ഞ പാൽ (Coagulam) ഒന്നാമത്തെ പരുക്കൻ റോളറിൽ (Macerator) ൽ കൂടി സാവധാനം കടത്തിവിടുന്നു. സാവധാനം കറങ്ങിക്കൊണ്ടിരിക്കുന്ന റോളർ റബ്ബറിന്റെ തടിച്ച മുഴകളുള്ള ഭാഗത്തു കൂടി കയറിയിറങ്ങുമ്പോൾ ആ മുഴകൾ (പിണ്ഡം) ചതഞ്ഞ് ഘനം കുറയുന്നു. അടുത്ത 2-ാം നമ്പർ ഇന്റർമീഡിയറ്റ് മാസ്റേറ്ററിന്റെ റോളറുകളുടെ വിടവ് ആദ്യത്തേതിനെ അപേക്ഷിച്ച് ചെറുതാക്കി അഡ്ജസ്റ്റ് ചെയ്തിരിക്കും. ഈ റോളറുകൾക്ക് ഇടയിലൂടെ കയറി ഇറങ്ങുമ്പോൾ വീണ്ടും കൂടുതലായി ചതയുകയും ഘനം വീണ്ടും കുറയുകയും ചെയ്യുന്നു. ഒന്നാമത്തെ Coarse- Macerator റോളറിൽ 3.2 എം എം മുഴപ്പുകൾ ഉണ്ടായിരിക്കും. റോളറുകളുടെ എല്ലാത്തിനും 75 സെ മീ വീതിയുണ്ടായിരിക്കണം. 2-ാം മാസ്റേറ്ററിനും ഒന്നാമത്തേതിന്റെ സൈഡിൽതന്നെ ആയിരിക്കണം. ഒന്നാം റോളറിൽ കയറി ഇറങ്ങുമ്പോൾ ലംബിന്റെ ഘനം 9 എം എം ആയിത്തീരണം. അതിനുള്ള ഇഴയടുപ്പം കിട്ടത്തക്ക രീതിയിൽ റോളറുകൾ അഡ്ജസ്റ്റ് ചെയ്തിരിക്കണം. 2-ാം റോളറിൽ അടിച്ചു കഴിയുമ്പോൾ ക്രേപ്പിന്റെ ഘനം 4 എം എം ആകത്തക്ക രീതിയിൽ അഡ്ജസ്റ്റ് ചെയ്തിരിക്കണം. മൂന്നാമത്തെ സ്മൂത്ത് റോളറിൽ ഒരു പ്രാവശ്യം റോൾ ചെയ്താൽ മതിയാകും. എന്നാൽ ഒന്നും രണ്ടും റോളുകളിൽ 3-4 പ്രാവശ്യം കറങ്ങിവരേണ്ടതുണ്ട്. സ്മൂത്ത് റോളറിൽ അടിച്ചുകഴിയുമ്പോൾ ക്രേപ്പിന്റെ ഘനം 0.90 - 1 എം എം ആയി കുറഞ്ഞിരിക്കണം. റോളറുകൾ എല്ലാം ഈ അളവുകൾ കിട്ടത്തക്കരീതിയിലായിരിക്കണം ഉറപ്പിച്ചിരിക്കുന്നത്. ഒന്നാമത്തെ റോളറിൽ 2 തൊഴിലാളികളും 2-3 റോളറുകളിൽ ഓരോ തൊഴിലാളികളും ജോലി ചെയ്യേണ്ടതായുണ്ട്. 3-ാം റോളറിൽ നിന്നും പുറത്തു വരുന്ന ക്രേപ്പ് ഒരു തടിയിൽ തീർത്ത ഉരുണ്ട ചെറു റോളറിൽ ചുറ്റി റോളുകളാക്കി മാറ്റണം. മൊത്തം ക്രേപ്പും റോളുകളാക്കി ഉണക്കാനായിടുന്ന ഷെഡിൽ ഉറപ്പിച്ചിരിക്കുന്ന തടി റോളറുകളിൽ തൂക്കിയിടണം. മാസ്റേറ്ററുകളും സ്മൂത്ത് റോളറും പവറിൽ പ്രവർത്തിക്കുന്നവയായിരിക്കണം. റോളറുകൾക്ക് സപ്ലൈ കിട്ടാനായി

കൊടുത്തിരിക്കുന്ന പ്ലഗിനോട് ചേർത്ത് ഓണാക്കാനുള്ള സ്വിച്ചും പെട്ടെന്ന് ഓഫ് ചെയ്യാനുള്ള സ്വിച്ചും പ്രത്യേകം അടയാളപ്പെടുത്തി ഫിറ്റ് ചെയ്തിരിക്കണം. ആപൽ ഘട്ടങ്ങളിൽ അതായത് തൊഴിലാളികളുടെ വിരലുകളോ വസ്തുവോ റോളറിൽ കുടുങ്ങിയാൽ പെട്ടെന്ന് റോളറുകൾ ഓഫാക്കാനുള്ള ആവശ്യത്തിനാണ് സ്റ്റോപ്പർ വയ്ക്കേണ്ടത്. റോളറുകൾ എല്ലാം അനായാസം കറങ്ങുന്നതിനായി ബെയറിങ്ങുകളിലാണ് ഘടിപ്പിച്ചിരിക്കേണ്ടത്. കോയമ്പത്തൂർ ഇൻഡസ്ട്രിയൽ ഏരിയയിൽ ഏതു വിധത്തിലുള്ള റോളറുകളും അനുബന്ധ ഫിറ്റിങ്ങുകളും ഓർഡർ അനുസരിച്ച് നിർമ്മിച്ചു കൊടുക്കുന്ന സ്ഥാപനങ്ങൾ നിരവധിയായി പ്രവർത്തിക്കുന്നു

ക്രേപ്പ് ഉണങ്ങുന്നത് ഹീറ്റിങ് ചേമ്പർ (പുകപ്പുര) മുഖേനയോ എയർ ഡ്രൈയായോ (കാറ്റത്തോ) ഉണക്കിയെടുക്കാം. നല്ല വായുസഞ്ചാരം ലഭിക്കുന്ന ഷെഡിൽ മരത്തിന്റെ തടിയിൽ പച്ചക്രേപ്പ് തൂക്കിയിട്ടാൽ 8-10 ദിവസം കൊണ്ട് ഉണങ്ങി കിട്ടുന്നു. ഹീറ്റിങ് ഡ്രയറിൽ കൂടി ഉണക്കാൻ 5-6 ദിവസം മതിയാകുമെങ്കിലും അതിന് വേണ്ടിവരുന്ന ചെലവ് എയർ ഡ്രൈയിങ്ങിലൂടെ ഒഴിവാക്കാം. ഉണങ്ങിയ ക്രേപ്പ് 10 മീറ്റർ നീളത്തിൽ മുറിച്ച് മടക്കി അടുക്കി 25.50 കിലോ കെട്ടുകളാക്കി വില്പന നടത്തും. ബണ്ടിലുകൾ കൂടുതൽ ദിവസം സൂക്ഷിക്കണമെങ്കിൽ പോളിത്തീൻ ഷീറ്റിൽ കാറ്റു കടക്കാതെ സീലു ചെയ്ത് വയ്ക്കണം. അല്ലെങ്കിൽ ഉൽപ്പന്നങ്ങളിൽ Mould Growth (പൂപ്പൽ) ഉണ്ടാകുന്നതാണ്.

ഷീറ്റായാലും ക്രേപ്പായാലും ഇ ബി സിയായാലും ഒരാഴ്ചയിൽ കൂടുതൽ സൂക്ഷിച്ചു വയ്ക്കാൻ രാസലായനി പുരട്ടിയോ, പോളിത്തീനിൽ പൊതിഞ്ഞോ സൂക്ഷിക്കണം.

1 ലിറ്റർ ഡീസലിൽ 100 ഗ്രാം Sheet Cutting ഉം 250 ഗ്രാം ചൈനാ ക്ലേയോ കുമ്മായമോ കലർത്തി 6 മണിക്കൂർ റബ്ബർ ക്ലിപ്പിങ് അലിയാൻ സമയം കൊടുത്തതിനുശേഷം ഇളക്കി പേസ്റ്റാക്കി ബ്രഷ് ഉപയോഗിച്ച് ബണ്ടിലിൽ ഗ്യാപ്പില്ലാതെ തേച്ചുപിടിപ്പിച്ചാൽ ഏറെക്കാലം പൂപ്പൽ ബാധിക്കാതെ സൂക്ഷിക്കാം.

സ്ഥാപനത്തിന്റെ പേരും ഡേറ്റും ബണ്ടിൽ നമ്പറും സ്റ്റെൻസിൽ (Stencil) ചെയ്യുന്നത് ഐഡന്റിഫിക്കേഷന് സൗകര്യമാണ്.

ക്രേപ്പിന്റെ ഉണക്കുപരിശോധിക്കുമ്പോൾ റബ്ബർ ഉണങ്ങാതെ വെളുത്തപാടുകളോ ക്രേപ്പിന്റേതല്ലാത്ത നിറങ്ങളോ ശ്രദ്ധയിൽ പെട്ടാൽ കത്രിക ഉപയോഗിച്ച് ആ ഭാഗം മുറിച്ചു മാറ്റേണ്ടതാണ്. ഇങ്ങനെ വരുന്ന ഭാഗങ്ങൾ ചേർത്തുവച്ച് ഇ ബി സി ഉണ്ടാക്കാനുപയോഗിക്കുന്ന ലോഗ്രേഡ് ലംബിൽ ചേർക്കാവുന്നതാണ്.

ബണ്ടിലാക്കിയ ക്രേപ്പ് കോൺക്രീറ്റ് തറയിൽ സ്റ്റോക്ക് ചെയ്യരുത്. തടി കൊണ്ട് തട്ടുണ്ടാക്കി അതിൽ വേണം സ്റ്റോക്കു ചെയ്യാൻ. തറയിൽ നിന്നും ഈർപ്പം തട്ടി ക്രേപ്പിൽ Mould Growth (പൂപ്പൽ വളർച്ച) ഒഴിവാക്കാൻ ഇത് ആവശ്യമാണ്.

ക്രംബ് റബ്ബർ (Crumb Rubber)

പാൽ ഉറയിച്ച് എടുക്കുന്ന ലംബ് (പിണ്ഡം) ഫീൽഡിൽനിന്നും ഉറഞ്ഞുകിട്ടുന്ന ചിരട്ടപ്പാൽ, പ്രികോയാഗുലേഷനിലൂടെ (ഉറ കൂട്ടുന്നതിന് മുമ്പ്) കിട്ടുന്ന ലംബ് ഇവ ഒന്നിച്ചോ പ്രത്യേകമോ ക്രംബ് റബ്ബറിന് ഉപയോഗിക്കാം. ഒരു ടാങ്കിൽ ഇവ 24 മണിക്കൂർ ഇട്ട് കുതിർത്തതിനുശേഷം ഹാമർ മില്ലിൽ (Hammer Mill) അടിച്ചു കഴുകി അഴുക്ക്, മണ്ണ് മുതലായവ നീക്കം ചെയ്യണം. ഒന്നിൽ കൂടുതൽ ഈ പ്രക്രിയ തുടരേണ്ടതായി വരും. നല്ലതുപോലെ കഴുകിയും റോളറിൽ അടിച്ചും വൃത്തിയാക്കുന്നതോടൊപ്പം റബ്ബർ വിവിധതരത്തിലുള്ളവ തമ്മിൽ കൂടിച്ചേരുന്നു. അതിനുശേഷം വലിയ ടാങ്കിൽ വെള്ളം നിറച്ച് ഇടണം. ടാങ്കിനോട് അടുത്തു സ്ഥാപിച്ചിട്ടുള്ള ക്രേപ്പ് മില്ലിൽ അരച്ച് ചെറിയ പീസായി റബ്ബർ പുറത്തു വരുന്നത് പ്രത്യേകം പാനലിലൂടെ ടാങ്കിലെ വെള്ളത്തിൽ നിക്ഷേപിക്കപ്പെടുന്നു. ടാങ്കിൽ കിടക്കുന്ന റബ്ബർ കഷണങ്ങൾ വെള്ളത്തിൽ ഉലച്ച് പുറത്തെടുത്ത് ഡ്രയിങ് ചേമ്പറിലേക്ക് (ഉണങ്ങാനിടുന്ന സ്ഥലം) കൺവയർ ബൽറ്റ് (Conveyor Belt) വഴി എത്തിക്കുന്നു.

ഡ്രയിങ് ചേമ്പറിലേക്ക് നിക്ഷേപിക്കപ്പെടുന്ന റബ്ബറിന്റെ ചെറുകഷണങ്ങൾ ഹീറ്റിങ് ചേമ്പറിലൂടെ സാവധാനം നീങ്ങി 4-5 മണിക്കൂർ കൊണ്ട് പുറത്തേക്കുള്ള (ഔട്ട്ലറ്റിന്റെ) ഭാഗത്തേക്കെത്തുന്നു. ചേമ്പറിലെ ചൂട്, 100^0-110^0 സെൽഷ്യസായിരിക്കത്തക്കരീതിയിൽ ക്രമീകരിക്കുന്നതിന് റഗുലേറ്റർ ഉണ്ടായിരിക്കും പുറത്ത് വരുന്ന മാസിന്റെ (Mass) ചൂട് 60^0 സെൽഷ്യസിലേക്ക് താഴുമ്പോൾ ചേമ്പർ അവസാനിക്കുന്നിടത്തായി സ്ഥാപിച്ചിട്ടുള്ള ഹൈഡ്രോളിക് പ്രസിലേക്ക് നിക്ഷേപിച്ച് ആവശ്യാനുസരണം തൂക്കം ക്രമീകരിക്കണം. ബ്ലോക്ക് റബ്ബറിന്റെ ബെയിൽ (റബ്ബർ കെട്ട്) 25 കി ഗ്രാം - 30 കി ഗ്രാം എന്ന ക്രമത്തിൽ ആയിരുന്നാൽ ട്രാൻസ്പോർട്ടിങ്ങിന് എളുപ്പമായിരിക്കും. നിറം കണക്കാക്കി ഗ്രേഡു തരംതിരിച്ച് വേണം ഹൈഡ്രോളിക് പ്രസിൽ നിക്ഷേപിക്കാൻ.

Grading Specification for ISNR
(Indian Standard Natural Rubber)

ISNR -5 Special	ISNR 5	ISNR - 10	ISNR 20	ISNR 50

ഉണങ്ങിയ ക്രേപ്പിന്റെ ചെറിയ ഒരു ഭാഗം മുറിച്ചെടുത്ത് ലാബറട്ടറിയിൽ പരിശോധിച്ച് മുകളിൽ പറഞ്ഞിരിക്കുന്ന ഗ്രേഡ് നിശ്ചയിക്കാം. ഗ്രേഡ് അടിസ്ഥാനപ്പെടുത്തിയാണ് വില നിശ്ചയിക്കുന്നത്. ഷീറ്റ് റബ്ബറിൽ 5 ഗ്രേഡ് നിശ്ചയിച്ചിട്ടുള്ളതുപോലെ ബ്ലോക്കു റബ്ബറിന്റെ വിലയിലും ഗ്രേഡ് ബാധകമാണ്.

ഷീറ്റിന്റെ ഗ്രേഡ് നിശ്ചയിക്കുന്നത് വിഷ്വൽ അടിസ്ഥാനത്തിലാണ്. എന്നാൽ ബ്ലോക്ക് റബ്ബറിന്റെ (ക്രംബുറബ്ബർ) ഗ്രേഡ് നിശ്ചയിക്കുന്നത് ലാംബ് ടെസ്റ്റിൽ ചില പാരാമീറ്ററുകളുടെ അടിസ്ഥാനത്തിലാണ്.

അവ: ഡർട്ട് കണ്ടന്റ് (Durt) %
വളറ്റൈൽ മാറ്റർ കണ്ടന്റ് (content) %
ആഷ് (Ash content) %
Nitrogen %
PRI(പ്ലാസ്റ്റിക് റിറ്റൻഷൻ ഇൻഡക്സ്) %
എന്നിവയാണ്

ലാറ്റക്സ് കോൺസൻട്രേറ്റ് - സെൻട്രിഫ്യൂഗൽ ലാറ്റക്സ് (Latex concentrate)

ലാറ്റക്സ് കോൺസൻട്രേഷൻ വഴി റബ്ബർപ്പാലിലടങ്ങിയിരിക്കുന്ന ജലാംശം വലിയ അളവിൽ നീക്കം ചെയ്യപ്പെടുന്നു. അതോടൊപ്പം റബ്ബർ പാലിലടങ്ങിയിരിക്കുന്ന വളകൈൻഫാറ്റി ആസിഡിനെ കുറയ്ക്കുകയും മറ്റനേകം അവശിഷ്ടങ്ങൾ ഒഴിവാക്കുകയും ചെയ്യുന്നു.

കോൺസൻട്രേഷന്റെ വിവിധ ഗുണങ്ങൾ താഴെ വിവരിക്കുന്നു.

1. ട്രാൻസ്പോർട്ടിങ്ങിലുണ്ടാകുന്ന അധികച്ചെലവ് കുറയുന്നു.
2. നിർമ്മാണ വ്യവസായത്തിൽ കൂടിയ ഡി ആർ സി ലഭിക്കുന്നു.
3. ശുദ്ധീകരിച്ച റബ്ബർ ദ്രാവകരൂപത്തിൽ ലഭിക്കുന്നു.
4. ലഭിക്കുന്ന റബ്ബർ പാലിൽ ഏകീകൃത സ്വഭാവം ഉണ്ടാകുന്നു.

ലാറ്റക്സ് കോൺസൻട്രേഷനു വേണ്ടി പല രീതികളും പ്രയോഗത്തിലുണ്ട്.

1. ഇവാപ്പറേഷൻ (Evaporation)
2. ക്രീമിങ് (Creaming)
3. സെൻട്രിഫ്യൂഗിങ് (centrifugation)

ഇവാപ്പറേഷനും ക്രീമിങ്ങും ചെലവു കുറഞ്ഞ ചില രീതികളാണെങ്കിലും വലിയ അളവിൽ ഇവ ചെയ്യുന്നതിന് ഏറെ പരിമിതികളുണ്ട്. 90 ശതമാനം കോൺസൻട്രേഷനും നടത്തുന്നത് സെൻട്രിഫ്യൂഗൽ സിസ്റ്റത്തിലൂടെയാണ്. ഇതിന് വലിയ മൂലധനചെലവുണ്ടാകുമെങ്കിലും ഒരിക്കൽ സ്ഥാപിക്കപ്പെട്ടുകഴിഞ്ഞാൽ ദീർഘകാലം ഇവ പ്രവർത്തനക്ഷമമായിരിക്കും. പ്രത്യേകരീതിയിൽ നിർമ്മിച്ച ഫാക്ടറിയും ആധുനിക മെഷീനുകളും ഇതിനാവശ്യമാണ്. ഡി-ലാ-വൽ, ആൽഫ-ലാ-വൽ എന്നീ പേരുകളിൽ വിദേശ നിർമ്മിതമായ സെൻട്രിഫ്യൂഗൽ മെഷീനുകൾ (Seperator) ആണ് ഫാക്ടറിയിൽ സ്ഥാപിക്കേണ്ടത്. മെഷീന്റ വില തന്നെ 40/50 ലക്ഷം രൂപയോളം വരും. ഫാക്ടറിക്കു വേണ്ട സ്ഥലം, റോഡ്, ഫാക്ടറി ബിൽഡിങ്, മെഷിനറി ഹാൻഡിൽ ചെയ്യാനുള്ള

ചെയിൻ ബ്ലോക്ക്, അമോണിയാ സിലിണ്ടർ, 200 ലിറ്റർ അയൺ ബാരലുകൾ, യൂസ്ഡ് ബാരലിന്റെ റീ കണ്ടീഷനിങ്, പ്ലാറ്റ്ഫോം ബാലൻസ് - വെയ്സ് ബ്രിഡ്ജ് തുടങ്ങി ഒക്കെ കൂടി ഒരു മീഡിയം ഫാക്ടറി സ്ഥാപിക്കുന്നതിന് 2-3 കോടി രൂപ മൂലധനം ആവശ്യമായി വന്നു. വിദേശ നിർമ്മിത സെപ്പറേറ്റർ ഇറക്കുമതി ചെയ്യുന്നതിന് റബ്ബർ ബോർഡിന്റെ NOC, തദ്ദേശ ഭരണസ്ഥാപനങ്ങളുടെ ലൈസൻസ്, എഫ്ളുവന്റ് ട്രീറ്റ്മെന്റ് പ്ലാന്റ് എന്നിവയും അതുപോലെ 3 ഫെയ്സ് പവർ സപ്ലൈയും വെള്ളത്തിന്റെ ലഭ്യതയും പരിഗണിക്കേണ്ടതുണ്ട്. ഫാക്ടറിയോടനുബന്ധമായി 24 മണിക്കൂറും പ്രവർത്തന സജ്ജമായ ലാബറട്ടറിയും ആവശ്യമാണ്.

സെൻട്രിഫ്യൂഗൽ ചെയ്യേണ്ട വിധം

ഫീൽഡിൽനിന്നും ശേഖരിക്കുന്ന റബ്ബർ പാൽ അമോണിയ ചേർത്താണ് ഫാക്ടറിയിൽ എത്തിക്കുന്നത്. അതിന് കാലതാമസം വന്നാൽ കുറേ അമോണിയ എക്സ്പോസ് (അന്തരീക്ഷത്തിലേക്ക് ലയിക്കും) ചെയ്തുപോയിരിക്കും. സ്റ്റോറേജ് ടാങ്കിൽ പറ്റിപിടിച്ചിരിക്കുന്ന പാലിൽനിന്നും സാമ്പിൾ എടുത്ത് അമോണിയാ വാല്യു കണ്ടുപിടിച്ച് ആവശ്യമെങ്കിൽ അമോണിയാ ചേർക്കണം. മെഷീനിൽ നിറയ്ക്കുന്നതിനു മുൻപായി 0.8% അമോണിയാ ഉറപ്പുവരുത്തണം. സ്റ്റോറേജ് ടാങ്കിൽ നിന്നും ഗ്രാവിറ്റി ഫ്ളോയിൽ (ഗുരുത്വാകർഷണ പ്രവഹം) മെഷീനിലേക്ക് പാലിലെ എത്തിക്കുന്നതിനുള്ള ഉപകരണത്തിലൂടെ സെപ്പറേറ്ററിന്റെ മുകൾഭാഗത്തേക്ക് ഒഴുകുന്നു. ടാങ്കിൽ ശേഖരിക്കുന്ന പാലിലെ അവശിഷ്ടങ്ങൾ അടിയുന്നതിനായി 12 മണിക്കൂറിൽ കുറയാതെ നിശ്ചലമാക്കി നിർത്തിയതിനുശേഷം വേണം സെൻട്രി ഫ്യൂഗലീനായി തുറന്നുവിടേണ്ടത്. സ്റ്റോറേജ് ടാങ്ക് 3-4 അറകളായി തിരിച്ച് എല്ലാ അറകളും നിറച്ചിട്ട് ആവശ്യാനുസരണം സെൻട്രി ഫ്യൂഗൽ ചെയ്യാവുന്നതുമാണ്. സ്റ്റോറേജ് ടാങ്കിൽ ഉൾഭാഗം ഗ്ലേസ്ഡ് ടൈൽ ഒട്ടിക്കുകയോ ബിറ്റുമൻ പെയിന്റ് അടിക്കുകയോ ചെയ്തിരിക്കണം. വലിയ എസ്റ്റേറ്റുകളിൽ ഫാക്ടറിയോടനുബന്ധിച്ച് വലിപ്പമുള്ള സ്റ്റോറേജ് ടാങ്ക് സ്ഥാപിക്കാവുന്നതാണ്. ആവശ്യത്തിൽ കൂടുതൽ അളവിൽ അമോണിയ ചേർത്താൽ തൊഴിലാളികൾക്ക് അസ്വാസ്ഥ്യം ഉണ്ടാകാൻ സാദ്ധ്യതയുണ്ട്. പ്രോസസിങ്ങിന് 1000 ലിറ്റർ പാലിന് 8 കിലോഗ്രാം അമോണിയാ മതിയാകും. സെൻട്രൽ ഫ്യൂഗൽ മെഷീന്റെ പ്രവർത്തനക്ഷമത അനുസരിച്ച് 2000 മുതൽ 3000 ലിറ്റർ ലാറ്റക്സ് വരെ 8 മണിക്കൂറിന്റെ ഷിഫ്റ്റിൽ പ്രോസസ് ചെയ്യാൻ സാധിക്കും. ലാറ്റക്സിന്റെ ലഭ്യതയ്ക്ക് അനുപാതമായി കൂടുതൽ മെഷീനുകൾ സ്ഥാപിക്കാനും കൂടുതൽ ഷിഫ്റ്റ് വർക്ക് ചെയ്യാനും സാധിക്കും. മെഷീനുള്ളിൽ സെന്റർ ആക്സിലിൽ അടുക്കിയിരിക്കുന്ന അനേകം ബൗളുകളിലും അതിൽ വെർട്ടിക്കലായി 4 വശങ്ങളിൽ ഉള്ള ദ്വാരങ്ങൾ വഴി, മിനിറ്റിൽ 6000 പ്രാവശ്യം റൊട്ടേറ്റ് ചെയ്ത ലാറ്റക്സ്

കോൺസൻട്രേഷനും സ്കീം (പത) വേർതിരിച്ച് 2 ഔട്ട്‌ലെറ്റ് വഴിയായി വെളിയിൽ വരുന്നു. മെഷീന്റെ എഫിഷ്യൻസിയും പാലിന്റെ ഡി ആർ സി യും കൺട്രോൾ ചെയ്യുന്നതിനായി മെഷീനിൽ സ്ക്രൂഫിറ്റു ചെയ്തിട്ടുണ്ട്. 9-10 - 10 ½ എന്നിങ്ങനെ മാർക്ക് ചെയ്തിരിക്കും. 9-10 നീളത്തിൽ സ്ക്രൂ അഡ്ജസ്റ്റ് ചെയ്താൽ ഡി ആർ സി വർദ്ധിക്കും. അപ്പോൾ എഫിഷ്യൻസി കുറയും. 10½ സ്ക്രൂവിൽ അഡ്ജസ്റ്റ് ചെയ്താൽ എഫിഷ്യൻസി കൂടും ഡി ആർ സി ½ മുതൽ ഒന്നുവരെ ശതമാനം കുറയുകയും ചെയ്യും. സെൻട്രി ഫ്യൂഗൽ കഴിഞ്ഞുകിട്ടുന്ന സിറത്തിന് 60% ഡി ആർ സി ഉണ്ടായിരിക്കണം. മൊത്തം ഡി ആർ സിയുടെ 10-15 ശതമാനം സ്കീം ആയി മറ്റൊരു ഔട്ട്‌ലെറ്റ് വഴി പുറത്തുവരും. ഇത് ശേഖരിച്ച് സൾഫ്യൂറിക് ആസിഡ് ചേർത്ത് ഉറയിച്ചെടുക്കാം. ഇത് പി എൽ സി, ഇ ബി സി ഗ്രേഡിൽ പ്രോസസു ചെയ്യാൻ സാധിക്കും. അതായത് സെൻട്രൽ ഫ്യൂഗൽ ഫാക്ടറിയിൽ ക്രേപ്പ് അടിക്കുന്നതിനും ഉണക്കുന്നതിനുമുള്ള സംവിധാനം ഉൾപ്പെടുത്തിയിരിക്കണം. സെൻട്രി ഫ്യൂഗ് ചെയ്തു കിട്ടുന്ന സിറത്തിൽ 0.7 ശതമാനം അമോണിയ ഉറപ്പുവരുത്തണം. നീണ്ടകാലം സിറം കേടുകൂടാതിരിക്കാൻ ഇത് ആവശ്യമാണ്.

ഒരു സെൻട്രി ഫ്യൂഗൽ ഫാക്ടറി സ്ഥാപിക്കുന്നതിനുവേണ്ട സൗകര്യങ്ങൾ

1. ആവശ്യാനുസരണം വെള്ളം ലഭിക്കാനുള്ള സൗകര്യം.
2. ഗ്രാവിറ്റി ഫ്ളോയിലൂടെ വെള്ളം ലഭിക്കുന്ന തോടുകളിൽനിന്നും തടയണ കെട്ടി ഫാക്ടറി സൈറ്റിലേക്ക് കനാൽ വഴി വെള്ളം എത്തിച്ച് വലിയ സ്റ്റോറേജ് ടാങ്ക് കെട്ടി അവിടെനിന്നും പൈപ്പ് വഴി ഫാക്ടറിയിൽ വെള്ളം എത്തിക്കാനുള്ള സൗകര്യം ഏറ്റവും അഭികാമ്യം.
3. നിരന്ന സ്ഥലങ്ങളെ അപേക്ഷിച്ച് 30–35° ചരിവുള്ള പ്രദേശം സൗകര്യപ്രദം.
4. ഒരു സെൻട്രിഫ്യൂഗൽ മെഷീനാവശ്യമായ റബ്ബർ പാൽ (2000–3000 ലിറ്റർ മിനിമം) ഒരു ഷിഫ്റ്റിനാവശ്യമായ അളവിലോ അതിൽ കൂടുതലോ ലഭ്യമാക്കുക.
5. സ്വന്തം എസ്റ്റേറ്റിൽനിന്നുള്ള ഉല്പാദനം ഏറ്റവും ലാഭകരം.
6. പാൽ ദൂരസ്ഥലങ്ങളിൽനിന്നു വാങ്ങുകയാണെങ്കിൽ മതിയായ ട്രാൻസ്പോർട്ടിങ് സൗകര്യം.
7. ഫാക്ടറിയുടെ ഉയർന്ന ഭാഗത്ത് എത്താൻ റോഡ് സൗകര്യം.
8. റോഡിൽ എത്തുന്ന ടാങ്കറിൽനിന്നും സ്റ്റോപ്പ് കോക്ക് ഉപയോഗിച്ച് തുറക്കാനും ചൂട്ട് (Chute) വഴി സ്റ്റോറേജ് ടാങ്കിൽ എത്തിക്കാൻ കഴിയത്തക്ക വിധം സംഭരണി.
9. പാൽ സംഭരണിയുടെ ഉൾഭാഗം സിറാമിക്ക് പോഴ്സലൈൻ ചെയ്തിരിക്കണം.
10. 3–4 ദിവസത്തെ പാൽ ശേഖരിക്കാനുള്ള സ്ഥലസൗകര്യം ടാങ്കിൽ ഉണ്ടായിരിക്കണം. ടാങ്കിന് കാറ്റുകടക്കാത്ത മെറ്റൽമൂടി വേണം. സ്റ്റോറേജ് കാലയളവിൽ അമോണിയ എക്സ്പോസ് ചെയ്തു

പോകാതിരിക്കാനാണ് ഇത്.

11. സ്റ്റോറേജ് ടാങ്കിന്റെ താഴെ തട്ടിലായിരിക്കണം സെൻട്രിഫ്യൂഗൽ മെഷീനുകൾ സ്ഥാപിക്കാനുള്ള സ്ഥലം. മെഷീനുകളിലേക്ക് അടുത്തുവരാത്തരീതിയിൽ മുകളിൽ മേൽക്കൂരയോട് ചേർത്ത് ഫിറ്റ് ചെയ്തിരിക്കുന്ന ചെയിൻ ബ്ലോക്ക് ആവശ്യമാണ്.

12. സ്റ്റോറേജ് ടാങ്കിൽനിന്നും താഴ്ന്ന വശങ്ങളിൽ കൊടുത്തിരിക്കുന്ന പൈപ്പുകളിൽ കൂടി പാൽ നിർബ്ബാധവും ആവശ്യാനുസരണവും സെപ്പറേറ്ററിന്റെ മുകളിലുള്ള ഇൻലന്റിലേക്ക് ഒഴുകുവാനുള്ള സൗകര്യം.

13. സെൻട്രിഫ്യൂഗൽ മെഷീനിലെ പവർ സപ്ലൈ ഇലക്ട്രിക്കൽ ലൈൻവഴിയോ 15 എച്ച് പിയിൽ കുറയാത്ത മോട്ടോർ വഴിയോ ലഭിക്കാൻ സൗകര്യം.

14. മെഷീനിൽനിന്നും പുറത്തേക്ക് വരുന്ന സിറം പ്രത്യേക പൈപ്പ് വഴി മെഷീനു താഴെയുള്ള അടുത്ത സ്റ്റെപ്പ് തറയിൽ 200 കെ ജി വീപ്പകളിൽ നിറയ്ക്കാൻ പാകത്തിൽ ടാപ്പ് ഫിറ്റുചെയ്തിരിക്കണം. ധാരാളം നിറ ബാരലുകൾ സ്റ്റോക്കു ചെയ്യാനുള്ള സൗകര്യം.

15. ബാരലുകൾ പുറത്തേക്ക് ഉരുട്ടി മാറ്റി ലോറികളിൽ കയറ്റാൻ പാകത്തിൽ ഗതാഗത സൗകര്യം.

16. മെഷീനിൽനിന്നും പുറത്തു വരുന്ന സ്കീം ലാറ്റക്സ് ച്യൂട്ട് (Chute) വഴി എത്തിച്ച് ശേഖരിക്കാനുള്ള ടാങ്ക്. ഈ ടാങ്ക് മൂടിയിടേണ്ട ആവശ്യമില്ല. അമോണിയാ അംശം കൂടുതലായി എക്സ്പോസു (ബാഷ്പീകരിച്ചു പോകുന്നത്) ചെയ്യുന്നത് ഉറ കൂട്ടുന്നതിന് എളുപ്പമാകും.

17. ഈ ടാങ്കിനടുത്തായി സൾഫ്യൂറിക് ആസിഡ് സൂക്ഷിക്കുന്നതിനായി ഒരു ടാങ്ക് സ്ഥാപിച്ചിരിക്കണം.

18. സ്കിം ലാറ്റക്സ് (പാൽ പത) ഉറയിക്കുന്നതിനായി കോയാഗുലേഷൻ ടാങ്ക് സ്ഥാപിച്ചിരിക്കണം. പാർട്ടീഷനോടുകൂടിയ ടാങ്കാണെങ്കിൽ സ്കിം ഉറഞ്ഞു കിട്ടുന്ന ലംബ് (പിണ്ഡം) മാസ്റ്ററ്റിൽ കൊടുത്ത് ക്രേപ്പടിക്കാൻ സൗകര്യമായിരിക്കും. ഫാക്ടറിയിൽ എത്തുന്നതിന്റെ 10-15 ശതമാനം ഡി ആർ സി സ്കിം ആയിട്ടായിരിക്കും ലഭിക്കുക. സ്കിം ഉറകൂടാൻ സൾഫ്യൂറിക് ആസിഡാണ് ഉപയോഗിക്കേണ്ടത്.

19. സ്കിം അടിച്ചുകിട്ടുന്ന ക്രേപ്പ് ഉണങ്ങാനിടാൻ വുഡൻ റീപ്പകൾ പാകിയിട്ടുള്ള ഷെഡുണ്ടായിരിക്കണം. ഈ ഷെഡ് എയർഡ്രൈ ചെയ്യാൻ പാകത്തിന് തുറസ്സായ രീതിയിലായിരിക്കണം. 10-12 ദിവസം കൊണ്ട് ക്രേപ്പ് ഉണക്കി കിട്ടും. ഇവ 25-50 കിലോ ബെയിലുകളാക്കി പേസ്റ്റ്, സ്റ്റെൻസിൽ ഇവ ചെയ്ത് സ്റ്റോക്കു ചെയ്യുകയും ഡിമാന്റനുസരിച്ച് വിൽക്കുകയും ചെയ്യാം.

20. ഫാക്ടറിയിൽനിന്നും കുറച്ച് അകലം വിട്ട് എഫ്ളുവന്റ് പ്ലാന്റ്

സ്ഥാപിച്ചിരിക്കണം. ഫാക്ടറിയിൽ ദുർഗ്ഗന്ധം അനുഭവപ്പെടാതിരിക്കാൻ അല്പം അകലം സൂക്ഷിക്കുന്നത് നല്ലതാണ്.

21. സെൻട്രിഫ്യൂഗൽ ലാറ്റക്സിന്റെ ഗുണനിലവാരം ഉറപ്പാക്കുന്നതിനുള്ള ഐ എസ് ഐ സർട്ടിഫിക്കേഷൻ ആവശ്യമാണ്. ഇതിനായി സർട്ടിഫിക്കേഷൻ അതോറിറ്റിയുടെ സർട്ടിഫിക്കറ്റ് ഫാക്ടയിൽ സൂക്ഷിക്കുകയും കോൺസെൻട്രേറ്റഡ് ലാറ്റക്സ് നിറച്ച 200 കിലോഗ്രാം കപ്പാസിറ്റിയുള്ള ബാരലുകളിൽ ഈ മാർക്ക് രേഖപ്പെടുത്തിയിരിക്കുകയും വേണം.

ഇപ്പോൾ ഐ എസ് ഐക്കുപകരമായി ഐ എസ് ഒ മാർക്കാണ് രേഖപ്പെടുത്തുന്നത്.

പാക്കിങ് കണ്ടയിനറിൽ താഴെ പറയുന്ന സ്റ്റിപ്പുലേഷൻ അടയാളപ്പെടുത്തിയിരിക്കണം.

1. ഉൽപ്പന്നത്തിന്റെ പേര് (Name of the manufacturer /Trademark)
2. ഇനം (Type of the latex)
3. തൂക്കം (Net gross weight in kgs)
4. ഡി ആർ സി, തീയതി (DRC & Date of packing)

ഗതാഗതത്തിനായി റബ്ബർ ബോർഡിന്റേയും സെയിൽടാക്സ് ഡിപ്പാർട്ടുമെന്റിന്റെയും നിശ്ചിത ഫാറത്തിലുള്ള എൻ ഒ സി കരുതിയിരിക്കണം.

ലബോറട്ടറി (Laboratory)

Field latex, Concentrated latex, Amonia Contend VFA range തുടങ്ങിയ റബ്ബർ പ്രൊഡക്ടുകൾക്കാവശ്യമായ എല്ലാ പാരമീറ്ററുകളും അളക്കുന്നതിന് പര്യാപ്തമായ ഉപകരണങ്ങളോടുകൂടിയ ലബോറട്ടറി പൂർണ്ണ പ്രവർത്തനസജ്ജമായി ഫാക്ടറിയോട് ചേർത്ത് പ്രത്യേകം കെട്ടിടത്തിൽ സ്ഥാപിച്ചിരിക്കണം. പ്രത്യേക പരിചയം സിദ്ധിച്ച ലാബ് ടെക്നീഷ്യനും ഉണ്ടായിരിക്കണം. ഫാക്ടറി പ്രവർത്തനങ്ങൾക്കാവശ്യമായ കഴിവുള്ള തൊഴിലാളികൾ, മേൽനോട്ടത്തിനും മാനേജ്മെന്റിനും പര്യാപ്തമായ ഉദ്യോഗസ്ഥരും ഫാക്ടറി പ്രവർത്തനത്തിന് ആവശ്യമാണ്.

തീയണയ്ക്കാനുള്ള (Fire Extinguisher) സംവിധാനവും ഫാക്ടറിയുടെ വിവിധ ഇടങ്ങളിൽ സ്ഥാപിച്ചിരിക്കണം.

ഇ ബി സി എസ്റ്റേറ്റ് ബ്രൗൺക്രേപ്പ്

ഫീൽഡ് കൊയാഗുലേഷൻ കൊണ്ട് നിർമ്മിക്കുന്ന ഇ ബി സി (എസ്റ്റേറ്റ് ബ്രൗൺ ക്രേപ്പ്) തുടങ്ങിയ വിവിധ ഇനം ലോ ഗ്രേഡ് ക്രേപ്പുകൾ ഉല്പാദിപ്പിച്ച് വിപണനം നടത്താൻ സാധിക്കും.

അങ്ങനെ ഉല്പാദിപ്പിക്കാവുന്ന വിവിധ ഇനങ്ങൾ:

ചിരട്ടപ്പാൽ, പ്രീകൊയാഗുലേഷൻ ലംബ്, ട്രിലേസ് ഇവ ഇതിനായി ഉപയോഗിക്കാം. ക്രേപ്പ് നിർമ്മിക്കുന്നതിന് മുൻ അദ്ധ്യായത്തിൽ പറഞ്ഞിരിക്കുന്ന പി എൽ സി നിർമ്മാണ ഉപകരണങ്ങൾതന്നെ ഈ പ്രോസസിനും മതിയാകും.

- Thin brown crape
- Thick blanket crape
- Flat bark & crape
- Smoked blanket crape

ഇതിൽ ഫ്ളാറ്റ് ബാർക്ക്ക്രേപ്പിൽ മൺപാൽ, റബ്ബറിന്റെ വെട്ടുചാലിൽ നിന്ന് മരത്തിലേക്ക് ഒലിച്ചിറങ്ങുന്ന ഒട്ടുകറ എന്നി എല്ലാതരം താഴ്ന്ന നിലവാരത്തിലുള്ള റബ്ബറും ഉപയോഗിക്കാം.

ഇവയെല്ലാം പ്രോസസിങ്ങിനു മുൻപായി ഒരു ദിവസം വെള്ളത്തിൽ മുക്കിയിട്ടിരിക്കണം.

അതിനുശേഷം ഉലച്ച് കഴുകി വേണം ക്രേപ്പ് പ്രോസസിങ് നടത്താൻ. ഓരോ ഐറ്റവും ബെയിലു ചെയ്ത് പ്രത്യേകം മാർക്ക് ചെയ്ത് വേണം വില്പനയ്ക്ക് തയ്യാറാക്കാൻ. ഇതെല്ലാം പോളിത്തീൻ കവറിൽ പൊതിഞ്ഞോ രാസലായനി പുരട്ടിയോ, പൂപ്പൽ സാദ്ധ്യത ഒഴിവാക്കി വേണം സൂക്ഷിക്കാൻ.

സെൻട്രിഫ്യൂഗിങ് പ്രോസസ് ഇന്നത്തെരീതിയോട് ഏകദേശം

താരതമ്യപ്പെടുത്താവുന്ന പ്രവർത്തനരീതി ആദ്യമായി നിലവിൽ വരുന്നത് 1923 ൽ ശേഷമാണ് എന്ന് രേഖകളിൽ കാണുന്നു. Utter Mark എന്ന ശാസ്ത്രജ്ഞനാണ് ആദ്യമായി ഈ രീതിയിൽ റബ്ബർ മേഖലയിൽ നവീകരണം നടപ്പിലാക്കിയത്. പിന്നീട് Duntop company കിഴക്കനേഷ്യൻ രാജ്യങ്ങളിൽ ഈ പ്രോസസ് വ്യാപിപ്പിച്ചു. ഇന്ന് ലോകമെമ്പാടും ഉപയോഗത്തിലുള്ള 90 ശതമാനവും കോൺസൻട്രേറ്റഡ് ലാറ്റക്സ് സെൻട്രിഫ്യൂഗിങ് സിസ്റ്റത്തിലൂടെ ഉല്പാദിപ്പിക്കപ്പെടുന്നതാണ്.

ഉപ ഉല്പന്നങ്ങളും അനുബന്ധ വരുമാനമാർഗ്ഗങ്ങളും

ഒരു റബ്ബർ തോട്ടത്തെ സംബന്ധിച്ച് പ്രധാന ഉല്പാദന മാർഗ്ഗം തോട്ടത്തിൽനിന്നും ലഭിക്കുന്ന റബ്ബർതന്നെയാണ്. എന്നാൽ ഉപ ഉല്പാദനമായി കുറേ ഏറെ സാദ്ധ്യതകൾ കൂടി ഉണ്ട് എന്ന് നാം മനസ്സിലാക്കണം.

അതിനെപ്പറ്റിയുള്ള ഒരു വിവരണം താഴെ കൊടുക്കുന്നു.

പ്യൂരേറിയ ആവരണവിളയുടെ വിത്ത്. ഇതിനെ തോട്ടപ്പയർ വിത്ത് എന്നു പറയുന്നു.

തൈകൾ നടുന്നതിനോടൊപ്പം തോട്ടത്തിൽ പ്യുരേറിയ പയർ വിത്ത് കൂടി ആവരണവിളയായി കൃഷി ചെയ്യുമ്പോൾ കാടു നീക്കം ചെയ്യുന്നതിനുള്ള ചെലവ് 80 ശതമാനവും കുറയുന്നു. കളനീക്കം ചെയ്യുന്നതിന് ആവരണവിളയില്ലാത്ത തോട്ടങ്ങളിൽ (ഒരു വർഷം ഹെക്ടറിന് ഒന്നിന് 4 റൗണ്ട് കള നീക്കംചെയ്യുന്നതിന്) കുറഞ്ഞതു 40 പേരുടെ പരിശ്രമം ആവശ്യമായിവരും. ഇന്നത്തെ വേതന നിലവാരം കണക്കാക്കിയാൽ ഇത് രൂപ 20000 ആകും. നല്ലതുപോലെ സംരക്ഷിച്ചുവളർത്തുന്ന പ്യൂരേറിയ ഒരു ഹെക്ടറിൽ വളരുന്നതിൽനിന്നും കൃഷി ചെയ്ത് ഒരു വർഷം കഴിഞ്ഞാൽ 30-40 കിലോ ഗ്രാം വിത്ത് ലഭിക്കുന്നു. ഈ പയർ വിത്ത് വിദേശരാജ്യങ്ങളിലേക്ക് കയറ്റി അയക്കുന്നുണ്ട്. ഒരു കിലോയ്ക്ക് 100-150 രൂപ വില ലഭിക്കും. അങ്ങനെ കുറഞ്ഞവില കണക്കാക്കിയാൽ ഒരു ഹെക്ടറിൽനിന്നും 3000-6000 രൂപ ലഭിക്കുന്നു. 5 വർഷം തൈ വളർച്ചയെത്തുന്നതുവരെ ഈ രീതിയിൽ വരുമാനമുണ്ടാകും. കാനപ്പി (ഇലച്ചാർത്ത്) വളർന്ന് പന്തൽ പോലെ ആയിക്കഴിയുമ്പോൾ പയർച്ചെടിയിൽ നിന്നുള്ള ആദായം കുറയുന്നു.

റബ്ബർ കുരു

റബ്ബർ കുരു എണ്ണയാട്ടുന്നതിനായി തമിഴ്നാട്ടിൽ ധാരാളം മില്ലുകൾ പ്രവർത്തിച്ചു വരുന്നു. കൂടുതലും വിരുദനഗർഭാഗത്താണ്. ഈ എണ്ണ സോപ്പ് ഉല്പാദനത്തിനായി ഉപയോഗപ്പെടുത്തുന്നു. ഒരു ഹെക്ടറിൽ ബഡ്മരത്തിൽ നിന്നും 20-25 കിലോയും വിത്തുമരത്തിൽ നിന്നും 40-50 കിലോയും വിത്ത് ലഭിക്കുന്നതായി കാണുന്നു.

ഒരു കിലോ റബ്ബർ കുരുവിന് 10 രൂപ വരെ വില ലഭിക്കുന്നുണ്ട്. ഇങ്ങനെ ഒരു വർഷം ഹെക്ടർ ഒന്നിന് 400-500 രൂപ പ്രതീക്ഷിക്കാം. ഇതും ഒരു ഉപ ഉല്പന്നമായിക്കരുതാം.

റബ്ബർ കുരു എണ്ണയിൽ അടങ്ങിയിരിക്കുന്ന ഫാറ്റി ആസിഡ് പൂരക ങ്ങൾ താഴെ പറയുന്നു.

1.	പാൽമിറ്റിക് ആസിഡ് (Palmitic acid)	11%
2.	സ്റ്റിയറിക് ആസിഡ് (Stearic acid)	12 %
3	അക്കിഡോക്ക് ആസിഡ് (Arachidonic Acid)	1 %
4.	ഒലിക് ആസിഡ് (Olic Acid)	17 %
5.	ലിയോളിക് ആസിഡ് (Limolic Acid)	35 %
6.	ലിനോലെനിക് ആസിഡ് (Linolenic acid)	24 %
		100 %

കുരു ആട്ടിക്കിട്ടുന്ന പിണ്ണാക്ക് കാലി, കോഴിത്തീറ്റകളിൽ മുഖ്യ ഘടകങ്ങളായി ഉപയോഗിക്കുന്നു. ഒരു ടൺ പിണ്ണാക്കിന് 10,000 രൂപയ്ക്കുമേൽ വില ലഭിക്കുന്നു.

റബ്ബർ തടി

ലോകമെമ്പാടും വനങ്ങളുടെ വിസ്തൃതി കുറഞ്ഞുവരികയും തടിയുടെ ആവശ്യകത ജനസംഖ്യാടിസ്ഥാനത്തിൽ കൂടി വരികയും ചെയ്യുന്നുണ്ട് അതുകൊണ്ടുതന്നെ കുറേ ദശകങ്ങളായി റബ്ബർ തടിയുടെ ഉപഭോഗത്തിലേക്ക് പല രാജ്യങ്ങളും കടന്നിരിക്കുന്നു.

വേണ്ട വിധത്തിൽ കടഞ്ഞെടുത്ത തടി എല്ലാ വിധ ഫർണിച്ചറുകൾക്കും മറ്റ് മര ഉരുപ്പടികൾക്കും പകരം വയ്ക്കാവുന്നതാണ് എന്ന് ഇന്ന് മനസ്സിലാക്കിയിരിക്കുന്നു. പാക്കിങ്കേസിനായി വൻതോതിൽ റബ്ബർ പലകകൾ ഉപയോഗിച്ചുവരുന്നു. കേരളത്തിൽ പെരുമ്പാവൂരിൽ ഏകദേശം 100 ഓളം തടിമില്ലുകൾ ആയിരക്കണക്കിന് അന്യസംസ്ഥാനത്തൊഴിലാളികൾക്ക് തൊഴിൽ നല്കിക്കൊണ്ട് പ്രവർത്തിച്ചു വരുന്നു. ഭാവിയിലും ഈ മേഖല വളർച്ചയുടെ പാതയിൽ തന്നെ ആയിരിക്കും. ടാപ്പിങ് ചെയ്യാവുന്ന 30-35 വർഷങ്ങൾക്കുശേഷം ക്ലിയർ ഫില്ലിങ് നടത്തുമ്പോൾ മരത്തിന്റെ വണ്ണം ശിഖരങ്ങൾക്കു താഴെ 100-110 സെ മീ ലഭിക്കുന്നതും ശിഖരങ്ങൾ ഉൾപ്പെടെ 1- 1 ½ മീറ്റർ തടിയും വിറകും ലഭിക്കുന്നതായിരിക്കും. വില്ക്കുമ്പോൾ ഒരു മരത്തിന് ഏകദേശം 1000 രൂപ എന്ന തോതിൽ

റബ്ബർ തടി

ലഭിച്ചാൽ പോലും ഒരു ഹെക്ടറിൽനിന്നും 4-5 ലക്ഷം രൂപ ലഭിക്കുന്നതായിരിക്കും. ഒരു റീപ്ലാന്റിങ് (പുനർ നടീൽ) നടത്തുന്നതിന് ഈ തുക മതിയാകും. റീപ്ലാന്റിങ് സബ്സിഡി ഒരു ഹെക്ടറിന് 25,000 രൂപ വേറെയും ലഭിക്കും.

മലിന ജലം (Efluent Water)

ഒരു മേജർ റബ്ബർ ഫാക്ടറിയിൽനിന്നും ഒരു വർഷം മലിന ജലം ശുദ്ധീകരിച്ച് പുറം തള്ളുന്ന വെള്ളം 10 ഹെക്ടർ സ്ഥലത്തേക്കു കൃഷി ആവശ്യങ്ങൾക്ക് ജലസേചനത്തിന് മതിയാകും. വെള്ളം ടാങ്കുകളിൽ ശേഖരിച്ച് ചാണകം കൂടി കലർത്തി ബയോ ഗ്യാസ് നിർമ്മിച്ച് പാചക വാതകത്തിനും ബൾബുകൾ കത്തിക്കുന്നതിനായി മാറ്റാനും സാധിക്കും.

തേനീച്ച വളർത്തൽ

പല തോട്ടങ്ങളിലും തേനീച്ച വളർത്തൽ നല്ല രീതിയിൽ നടത്തിവരുന്നു. ജനുവരി മുതൽ മാർച്ച് വരെ റബ്ബർ മരത്തിൽ പൂക്കളിൽനിന്ന് പൂമ്പൊടിയും (Pollen) ഇല തണ്ടുകളിൽ നിന്നും തേനും (nector) തേനീച്ച ശേഖരിക്കുന്നു. പൂക്കളിൽ നിന്നും പൂംപൊടി ശേഖരിക്കുന്ന തേനീച്ച അവ കൂടുകളിൽ നിക്ഷേപിക്കുകയും കുറേ അവ ഭക്ഷിക്കുകയും ചെയ്യുന്നു. ഇല തണ്ടുകളിൽനിന്നും തേനീച്ച കുടിക്കുന്ന തേൻ അവയുടെ ശരീരത്തിനകത്ത് പൂമ്പൊടിയുമായി പ്രതിപ്രവർത്തിച്ച് തേൻ രൂപാന്തരപ്പെടുകയും അവ കൂടുകളുടെ അറകളിൽ നിക്ഷേപിക്കുന്നത് ശേഖരിക്കുകയും ചെയ്യുന്നു.

ഇന്ത്യയിൽ ഉല്പാദിപ്പിക്കപ്പെടുന്ന തേനിന്റെ 30-40 ശതമാനവും

റബ്ബർ തോട്ടങ്ങളിൽ സ്ഥാപിച്ചിരിക്കുന്ന കൂടുകളിൽ നിന്നാണ് ലഭിക്കുന്നത്. ഒരു തേനീച്ചക്കൂട്ടിൽനിന്നും ജനുവരി, ഏപ്രിൽ മാസങ്ങളിലായി 3-4 പ്രാവശ്യം തേൻ ശേഖരിക്കാൻ സാധിക്കും. ഒരു കൂട്ടിൽനിന്നും 8-10 കിലോഗ്രാം വരെ ശുദ്ധമായ തേൻ ഒരു വർഷം ലഭിക്കുന്നു. ഒരു ഹെക്ടറിൽ 20-25 കൂടുകൾ സ്ഥാപിച്ച് തേൻ ശേഖരിക്കുവാൻ സാധിക്കും ഒരു കിലോഗ്രാം തേനിന് 300 രൂപ വരെ വില ലഭിക്കും. ഒരു ഹെക്ടറിൽ നിന്ന് 100 കിലോഗ്രാം തേൻ ലഭിച്ചാൽ പോലും 3000 രൂപ വരുമാനം പ്രതീക്ഷിക്കാവുന്നതാണ്.

റബ്ബർ കൃഷി ഇന്നത്തെ ഇന്ത്യയിൽ

റബ്ബർ കൃഷിക്കായി ഇന്ത്യ നടത്തിയ സേവനങ്ങളും ഭാരിച്ച ചെലവുകളെയും പറ്റി ഈ ഗ്രന്ഥത്തിന്റെ ആദ്യഭാഗത്ത് രേഖപ്പെടുത്തിയിട്ടുണ്ട്. തിരിഞ്ഞു നോക്കുമ്പോൾ ഇന്ന് ലോകമെമ്പാടും വ്യാപിച്ചിരിക്കുന്ന പ്രകൃതിദത്ത റബ്ബർ കൃഷിയിൽ നമ്മുടെ രാജ്യത്തിന്റെ സംഭാവന മനസ്സിലാകുമല്ലോ. മറ്റുപല രാജ്യങ്ങളോടും താരതമ്യപ്പെടുത്തുമ്പോൾ ഇന്ത്യയിൽ റബ്ബർ കൃഷിക്കനുയോജ്യമായ ഭൂപ്രകൃതി വളരെ പരിമിതമാണ്.

നമ്മുടെ ജീവിതഘടനയിലും ജീവിതാവശ്യങ്ങളിലും പ്രകൃതി ദത്ത റബ്ബറിന്റെ സംഭാവന എത്ര വലുതായി പരിണമിച്ചിരിക്കുന്നു എന്നുള്ളത്, ഗതാഗതം അതായത് റോഡ്, ജല, വ്യോമയാനമേഖലയിൽ റബ്ബറിന്റെ ആവശ്യകത, ആരോഗ്യരംഗത്ത് വേണ്ട ആധുനിക ഉപകരണങ്ങളിൽ റബ്ബറിന്റെ ആവശ്യകത, ഏതുതരം യാത്രാവാഹനങ്ങളുടെയും കണക്കറ്റ പാർട്സുകളുടെ ആവശ്യം, ഗൃഹോപകരണങ്ങളിൽ അനുബന്ധമായി വരുന്ന എണ്ണിയാൽ തീരാത്ത ഉപഘടകങ്ങൾ, കളിപ്പാട്ടമേഖലയിൽ ആവശ്യമായിവരുന്ന റബ്ബർ ഉല്പന്നങ്ങൾ എന്തിനേറെ ജനസംഖ്യ നിയന്ത്രണ ഉപാധികൾ വരെ പ്രകൃതിദത്ത റബ്ബറിനെ ആശ്രയിക്കേണ്ട ആധുനിക കാലഘട്ടത്തിൽ നമ്മുടെ രാജ്യം സ്വാഭാവിക റബ്ബർ (Natural rubber) ഉല്പാദന രംഗത്ത് ഇന്ന് പിന്നോക്കം പോയിരിക്കുന്നു. കാരണം പലതാണ് എന്നിരുന്നാലും ചില കാര്യങ്ങളിൽ നമുക്ക് ക്രിയാത്മകമായി പ്രവർത്തിക്കുവാൻ സാധിക്കും.

അതിൽ ചിലത് പ്രതിപാദിച്ചുകൊള്ളട്ടെ

1. റബ്ബറിന്റെ ഉല്പാദനക്ഷമത കൂട്ടേണ്ടതായുണ്ട്. റബ്ബർ ബോർഡ് ഈ മേഖലയിൽ വളരെയേറെ പഠനവും അത്യുല്പാദന ശേഷിയുള്ള മരങ്ങളുടെ വംശവർദ്ധനാ രീതിയും (Vegetative Propa-

gation) കർഷകർക്കായി അവതരിപ്പിച്ചുവരുന്നുണ്ട്. എന്നാൽ കർഷകർ ഇത് മുഴുവനായി പ്രയോജനപ്പെടുത്തുന്നുണ്ടോ എന്ന് സ്വയം ചിന്തിക്കേണ്ടിയിരിക്കുന്നു. ഇന്നും നമ്മുടെ ദേശീയ ഉല്പാദന ശരാശരി മുൻ അദ്ധ്യായത്തിൽ സൂചിപ്പിച്ചിട്ടുള്ളപോലെ ഒരു വർഷം ഹെക്ടർ ഒന്നിന് 1600–1700 കിലോഗ്രാം മാത്രമാണ്. ഇത് 2000 കിലോഗ്രാമിന് മുകളിലേക്ക് എത്തിക്കേണ്ടിയിരിക്കുന്നു.

2. റബ്ബർ കൃഷിക്ക് അനുയോജ്യമായ ഭൂപ്രകൃതിയുള്ള സ്ഥലങ്ങൾ മിക്കതും കേരളത്തിൽ റബ്ബർ കൃഷിയിലേക്ക് വന്നിട്ടുണ്ട്. എങ്കിലും ശാസ്ത്രീയമായ രീതിയിലുള്ള കൃഷിയും റബ്ബർ ശേഖരണവും തൃപ്തികരമല്ല. അതായത് കുറഞ്ഞത് 30 വർഷക്കാലം ഉല്പാദനം ലഭിക്കേണ്ട റബ്ബർ മരങ്ങൾ മിക്കതും 20 വർഷങ്ങൾക്കകം അലക്ഷ്യമായി ടാപ്പ് ചെയ്യുന്നത് ഉല്പാദന കാല ദൈർഘ്യം കുറയുന്നതിനു കാരണമാകുന്നു.

3. നല്ല പരിചരണം നല്കി 6 വർഷം കഴിയുമ്പോൾ ടാപ്പിങ് തുടങ്ങേണ്ട മരങ്ങൾ 8–10 വർഷം വരെ കഴിഞ്ഞു മാത്രം ടാപ്പിങ്ങിനു പാകമാകുന്ന രീതി കണ്ടു വരുന്നു. ഇതും ഉല്പാദനക്കുറവിന് കാരണമാകുന്നു.

4. ലോകത്താകെ പ്രവർത്തിക്കുന്ന റബ്ബർ റിസർച്ച് കേന്ദ്രങ്ങളിൽ ഒന്നാം സ്ഥാനത്തുള്ള ഇന്ത്യൻ റബ്ബർ ബോർഡിന്റെ ഉപദേശ നിർദ്ദേശങ്ങളെ വേണ്ട രീതിയിൽ കർഷകർ പ്രയോജനപ്പെടുത്തുന്നില്ല.

5. മഴമറയുടെ (Rain guard) പ്രവർത്തന (ഒട്ടിക്കുന്നതിനുള്ള) പോരായ്മകളും മഴമറ ഇടാത്തതുകൊണ്ടും നല്ല ഉല്പാദനം ലഭിക്കേണ്ട ജൂൺ മുതൽ സെപ്തംബർവരെയുള്ള 4 മാസങ്ങളിൽ ഉല്പാദനത്തിൽ ഗണ്യമായ കുറവുണ്ടാകുന്നു.

6. നമ്മുടെ ഇന്നത്തെ വാർഷിക ഉപഭോഗത്തിനാവശ്യമായ 12 ലക്ഷം മെട്രിക് ടൺ റബ്ബർ ഉല്പാദിപ്പിക്കേണ്ടതിന് പകരം 8 ലക്ഷം ടണ്ണിനടുത്ത് മാത്രം ഉല്പാദനം നടത്തുന്നതിനാൽ ഇറക്കുമതിയെ ആശ്രയിക്കേണ്ടതായി വരുന്നു.

7. ഉപയോഗിച്ച ടയറുകൾ ഇറക്കുമതി ചെയ്ത് കമ്പനികൾ ചിലത് അമിതലാഭം എടുക്കുമ്പോൾ ഉപഭോക്താവിന് ഗുണനിലവാരം ഉറപ്പുവരുത്താൻ സാധിക്കുന്നില്ല.

8. ലോകത്താകെ തന്നെ പെട്രോളിയം ഉല്പന്നങ്ങളുടെ ലഭ്യത കുറയുമ്പോൾ കൃത്രിമ റബ്ബറിനാവശ്യമായ (Synthetic Rubber) അസംസ്കൃത ഘടകം സുലഭമല്ലാതാകുകയും കൃത്രിമ റബ്ബറിന്റെ നിർമ്മാണം കുറയുകയും ചെയ്യുമ്പോൾ പ്രകൃതിദത്ത റബ്ബറിന്റെ ഉല്പാദനം ഉയർത്തേണ്ടത് അനിവാര്യമാകുന്നു. ഇതിനായി ഭരണതലത്തിൽ കേന്ദ്രസംസ്ഥാന സർക്കാരുകൾ താല്പര്യമെടുക്കേണ്ടതുണ്ട്. സാമ്പത്തികമായും ധാർമ്മികമായും ഗവൺമെന്റുക

ളുടെ സഹായം റബ്ബർ കാർഷിക മേഖലയ്ക്ക് ആവശ്യമാണ്.

9. റബ്ബറിന്റെ ഇറക്കുമതി നിയന്ത്രിച്ച്, പ്രകൃതിദത്ത റബ്ബറിന്റെ ഉല്പാദനം വർദ്ധിപ്പിച്ച് വില നിലവാരം ഉയർത്താൻ സാധിക്കും.

10. കേരളത്തിൽ കൂടുതൽ റബ്ബർ അധിഷ്ഠിതവ്യവസായങ്ങൾ തുടങ്ങേണ്ടത് രാജ്യത്തിന്റെ സമ്പദ് വ്യവസ്ഥയ്ക്കും കൂടുതൽ തൊഴിലവസരങ്ങൾ സൃഷ്ടിക്കുന്നതിനും സഹായകമായിത്തീരും.

11. 1980 ൽ കേന്ദ്രഗവൺമെന്റ് നടപ്പിലാക്കിയ ഫോറസ്റ്റ് കൺസർവൻസി ആക്ട് കാരണം വനപ്രദേശങ്ങൾ മറ്റ് ആവശ്യങ്ങൾക്കായി ഗവൺമെന്റ് അനുമതി കൂടാതെ ഉപയോഗിക്കാൻ പാടില്ല.

എന്നാൽ ഛത്തീസ്ഘട്ട്, ഉത്തരാഘണ്ഡ് മേഖലകളിൽ റബ്ബർ കൃഷി വ്യാപിപ്പിക്കുന്നതിനു പറ്റിയ സ്ഥലങ്ങൾക്കായി ആവശ്യമായ അനുവാദം നല്കുകയാണെങ്കിൽ കുറേ ആദിവാസി സമുദായങ്ങളേയും മുഖ്യധാരയിൽനിന്നും അകന്നു നില്ക്കുന്ന സംഘങ്ങളേയും തൊഴിൽ നല്കി രാജ്യസ്നേഹികളായി മാറ്റുന്നതിനും കൂടുതൽ റബ്ബർ ഉല്പാദനം കൈവരിക്കാനും സാധിക്കും.

ഈ മേഖലയിൽ പ്രവർത്തിക്കുന്നവരും അനുഭവസമ്പന്നരുമായ വിദഗ്ദ്ധസമിതി ഈ കാര്യങ്ങൾ വിശദമായി പരിശോധിച്ച് വേണ്ട നിർദ്ദേശങ്ങൾ മുമ്പോട്ടു വെക്കേണ്ടതാണ്. റബ്ബർ കർഷകരും റബ്ബർ ഉല്പന്നനിർമ്മാതാക്കളും രാഷ്ട്രീയ നേതാക്കളും ഭരണകർത്താക്കളും ഉൾപ്പെടുന്ന കമ്മിറ്റി പ്രകൃതിദത്ത റബ്ബർ കാർഷിക മേഖല പുരോഗതിയിലേക്ക് വരുന്നതിന് വേണ്ട പ്രവർത്തനങ്ങളിൽ വ്യാപൃതരാകുന്നതിന് ഇനിയും വൈകിക്കൂട.

References

1. My Sixty years experience in Rubber Plantation Industry.
2. Publication of Edgar. AT. Manual of Rubber planting (Malaya) Kula - Lumpur
3. Dijk mau M J. 1951, Hevea: 30 years of Research in the far East. University of Miami Press - Florida.
4. Spur S. G. 1953.UPAS, Coonoot.
5. Publications of Rubber Research institute - Malasya (RRIM)
6. Publications of Rubber research institute ceylone (RRIC)
7. Publications of Rubber Research Institute India (RRII)

www.ingramcontent.com/pod-product-compliance
Lightning Source LLC
LaVergne TN
LVHW060119051026
849517LV00007B/2343
9789394753945